Tập truyện ngắn
NGUYỄN ĐÌNH BỔN

GIỮA TRẦN GIAN VÀ ĐỊA NGỤC

NXB Sống - 2014

GIỮA TRẦN GIAN VÀ ĐỊA NGỤC
Tập truyện ngắn
Tác giả: Nguyễn Đình Bổn
NXB SỐNG xuất bản tại Hoa Kỳ, 2014
Bìa và trình bày: Uyên Nguyên
ISBN: 978-1-941848-05-0

© Nhà xuất bản Sống và tác giả giữ bản quyền.

Đôi lời cho tập truyện
GIỮA TRẦN GIAN VÀ ĐỊA NGỤC
của Nguyễn Đình Bổn

Gần đây được Nguyễn Đình Bổn trao cho tập truyện ngắn *Giữa Trần Gian và Địa Ngục*, với yêu cầu viết cho đôi lời nhận xét; vì thâm tình khó chối từ..., nhưng trong thâm tâm tôi rất khốn đốn như kẻ phải chìa vai đảm đương gánh nặng quá sức mình. Nhân đây cũng xin thú thật Khổng Đức chỉ là con mọt sách yếu đuối chứ chẳng có khả năng gì. Do đó những gì tôi viết ra chỉ là dịch ý, lời của các danh nhân, các bậc tiền bối; có khen hay chê cũng chỉ là do tính chủ quan của một độc giả. Bạn đọc cũng nên nhận định theo chủ quan của mình hơn là tin nghe theo người khác.

Giờ thì xin vào đề: do không có khả năng bao nhiêu mà muốn có đôi nhận xét về tập truyện (gồm 18 truyện) dày gần 200 trang khổ

13x20, tôi phải đọc đến ba lần, mỗi lần phải có khoảng cách thời gian 3, 4 ngày, rồi còn phải đọc các sách tham khảo nói về nghệ thuật văn chương, về tiểu thuyết, bấy giờ mới có một nhận định chung.

Tập truyện *Giữa Trần Gian Và Địa Ngục* là một tập truyện mang tính chất nửa hư nửa thực, hay lấy thực làm hư, lấy hư làm thực, hay coi đó là sự kết hợp giữa mộng với thực cũng suông. Có một số truyện giống như Liêu trai hay chịu ảnh hưởng của Liêu Trai chí dị của Bồ Tùng Linh (Trung Quốc) và Truyền Kỳ mạn lục của Nguyễn Dữ (Việt Nam) như *Truyền kỳ, Người và quỷ, Độc huyền, Tình nhân, Tình hoa* v.v...

Nhưng dù ảnh hưởng Liêu trai hay Truyền kỳ, lấy hư làm thực hay ngược lại cũng phải có một óc tưởng tượng đặc biệt; nhưng tưởng tượng dù phong phú đến đâu cũng chưa đủ để trở thành một tiểu thuyết gia, mà còn cần phải có nhiều yếu tố nữa, như phải có kinh nghiệm sống, có con mắt quan sát tinh vi, có trái tim đầy cảm xúc...

Vì tưởng tượng không phải là lấy không làm có, thoát ly khỏi thế giới hiện thực, mà thủy chung tưởng tượng vẫn là dùng thế giới hiện thực làm cơ sở. Hay nói một cách khác, tưởng tượng gì cũng được từ hữu đến vô, từ thực đến mộng, cõi dương biến thành cõi âm, dù thiên đàng hay địa ngục, người là quỷ là ma, hay quỷ ma thành người cũng không sao, nhưng vẫn không ra ngoài chất liệu chủ yếu của tiểu thuyết chính là cuộc đời. Bởi vì con người, nói như Heidegger là " hiện hữu tại thế" (être dans le monde).

Vô tình hay cố ý mà hoàn cảnh xã hội đã đẩy Nguyễn Đình Bổn nghiêng về siêu hình; nhan đề quyển sách *Giữa trần gian và địa ngục* tự nó đã nói lên điều đó. Đi sâu vào nội dung, các truyện đã đặt những sinh linh trong hoàn cảnh cụ thể và cố gắng tìm cách giải đáp cho các vấn đề nền tảng như nhân quả, sự biến đổi của cuộc đời (*Truyền kỳ, Hoa lạ, Tình hoa*)...

Ai là người có thể giải thích, chứng minh những hành động, sự hân hoan, đau khổ và chết chóc? Nhân vật thường là một nhân chứng và một sự kêu gọi hoài nghi mang tính siêu hình (*Tình nhân, Kiếp bèo*)... Người muốn sống với nghệ thuật, yêu cái đẹp... đơn giản là thế mà cũng không được yêu, phải chăng đây là một sự phản ánh những tai ách của thời đại? Ngay truyện mang tên nhan đề sách Giữa Trần Gian Và Địa Ngục, thân phận người phụ nữ sống không chỗ sống, muốn chết cũng không cho chết, bị đày ải vào Uổng tử thành, mà cũng có yên đâu, nơi nào cũng bị bọn quan liêu của Uổng Tử tước đoạt :

"Phải lột cho sạch tất cả những gì mà nó mang vào đây!"

Nguyễn Đình Bổn cũng tự tạo cho mình một phong cách hiện đại, không nhắm thẩm tra khảo sát thực tại (la réalité) mà là nhắm vào sự sinh tồn, sự hiện hữu. Và sinh tồn hay hiện hữu không phải là dĩ vãng đã trôi qua, mà là môi trường khả năng của con người. Tất cả những gì mà con người có thể trở thành, một cách khiêm tốn mà nói, giúp cho chúng ta thấy chúng ta là ai – khả năng của chúng ta là gì? Như trong truyện *Đuổi quỷ*: với quan ngự y là hình ảnh tượng trưng cho tri thức, cuối cùng vẫn phải đầu hàng với quỷ là thứ vô hình đầy mưu mô, lắm thủ đoạn thầm lén gây tác hại cho chúng sinh...

Tiểu thuyết (nói chung cả *truyện ngắn*, Trung Quốc gọi là *đoản thiên tiểu thuyết*) là sự trầm ngâm suy tư về tính hiện hữu nhìn xuyên qua những nhận vật tưởng tượng. Không phải là ngẫu nhiên mà có nhiều nhà phê bình đã lưu ý đến những thể thức tiểu thuyết ngày nay, dường như thi ca đã xâm nhập vào địa hạt của tiểu thuyết; nên trong Giữa Trần Gian Và Địa Ngục cũng có khá nhiều hơi hướng của thi ca.

Đọc truyện *Kiếp bèo* dễ khiến độc giả nhớ đến bài thơ của Yến Lan :

Sông vẫn sông xưa nước đổi nguồn

Uống vào khang khác vị quê hương

Cái chất thơ đó chính là những gì ẩn tàng ở bên trong hay ở phía sau câu chuyện, như truyện *Gà nhập*: người có thể biến thành vật, thì tư tưởng và hành động của nó có còn là bản chất (essence) người nữa không hay cũng bị tha hóa mất rồi? Đặc biệt có truyện *Người và quỷ*, theo cách nhìn của riêng tôi là một truyện khá xuất sắc:

Một giai nhân đã bị một pháp sư bỏ bùa quyến rũ, cưới về làm vợ; nhưng rồi vì tuổi tác và nghề nghiệp không lo cho vợ chu đáo để nàng phải chịu cảnh cô đơn. Sau đó lại thu nạp một con quỷ thanh niên làm nô lệ. Người vợ của pháp sư, vốn là người chịu cảnh ưu sầu lại thầm yêu con quỷ đó; nhưng bản chất nó là *nô lệ lao động* không mơ màng gì đến giai nhân mà còn thẳng thừng tuyên bố : "*Một con quỷ tầm thường, không phải là quỷ vương quỷ quan. Mà là một con quỷ nô lệ thì không có quyền sở hữu bất cứ điều gì*", hay là chỉ nhắm vào cứu cánh là phải giết cho được vị pháp sư để tự giải thoát cho chính bản thân?

Cuối cùng con quỷ nô lệ đạt được nguyện vọng là giết chết pháp sư. Nó rời khỏi cảnh nô lệ, rời bỏ gia đình pháp sư, giai nhân chạy theo tiếng gọi tình yêu, con quỷ cũng chẳng thèm đoái hoài? Đến đây là sự lưng chừng im lặng, nó trông chờ vào sự sáng tạo bổ sung hay khám phá của độc giả vượt qua những sự vật được tác giả dựng nên? Đó cũng là niềm thích thú thẩm mỹ khi chúng ta khám phá được cái chiều sâu hay cái tinh chất của hiện hữu; bấy giờ độc giả đã kết hợp với tác giả làm sáng tỏ cái chân lý vĩnh hằng: chân lý ấy chính là những qui luật theo đó vận hành guồng máy nhân loại.

Quỷ nô lệ ở đây thực chất là lao động chân tay, vô sản thuần túy, đời đời bị bọn pháp sư chính là tri thức lắm mưu lược, lại có những công cụ bùa phép bắt làm nô lệ, muốn giải thoát khỏi ách nô lệ thì phải tìm cách tiêu diệt kẻ có bùa phép mà thôi. Giai nhân là biểu tượng của nghệ thuật, muốn tồn tại cũng không sao tồn tại được, hay chỉ tồn tại trong u sầu quằn quại cô đơn?

Còn trong *Khoảng đời ngụ cư*, câu kết của truyện là phản ánh thảm kịch của một thời đại: *Kẻ đã sống một cuộc đời ngụ cư ngay chính trên quê hương mình cho đến chết*. Truyện *Mùa nước son* cũng như *Lão gù ở ngã ba sông* là những bi kịch của cuộc sống hiện tại. Tác giả dùng nhiều phương ngữ đưa vào ngôn ngữ truyện ngắn cũng là một loại sáng tạo.

Ưu điểm của tập truyện Giữa Trần Gian Và Địa Ngục là qua mỗi truyện ít nhiều đều có vấn đề đặt thành ẩn dụ khúc khuỷu – nhưng trước sau vẫn không vận dụng đến một thứ vũ khí tối hiểm tối độc là Sex như một số tác giả đương đại, thế là đáng phục đáng ghi nhận lắm rồi.

Để kết luận cho bài viết tôi xin mượn lời của Tam Ích nói về truyện ngắn "Ba sao giữa trời" của Bình Nguyên Lộc để chỉ cho phong cách của Nguyễn Đình Bổn trong tập truyện " Giữa trần gian và địa ngục: *"Lời văn duy nhiên (naturalisme) đượm một hương vị khinh khoái, nhẹ nhàng, một thứ châm biếm kín đáo đối với những giá trị hiện hữu trong đời sống đương phản chiếu một thứ đạo đức giả nghìn kiếp của con người".*

Khổng Đức

I.
TRUYỀN KỲ VỀ HỌ HOÀNG

Vào những năm khi nhà Nguyễn đã lệ thuộc người Pháp, tuy xã hội đang xảy ra những biến động sâu sắc trong đó sự ảnh hưởng về mặt văn hóa là không tránh khỏi, nhưng triều đình Huế vẫn cố giữ nền nếp cổ bằng những cuộc thi được tổ chức không khác mấy với những triều đại phong kiến hàng ngàn năm trước.

Trong một khoa thi, có một chàng trai mười tám tuổi họ Hoàng đỗ giải nguyên. (Thời Nguyễn không lấy Trạng nguyên, nhưng người ta vẫn coi Giải nguyên như Trạng nguyên). Hoàng xuất thân từ một gia đình nghèo sống ở vùng sơn cước nhưng từ bé đã nổi tiếng thần đồng, thông minh xuất chúng và quyết chí theo đòi nghiên bút. Ba tuổi chàng đã thuộc lòng Tam Tự Kinh, mười tuổi đã đọc thông Luận Ngữ, mười ba tuổi đã nghiên cứu sâu Kinh Dịch làm kinh ngạc không ít những thức giả quanh vùng.

Khi vào chầu, vua nhìn thấy chàng khôi ngô đĩnh ngộ, rất mừng mà nói rằng: "Nước Nam ta vừa phát hiện một nhân tài. Trẫm có được người này hẳn là giữ vững được cơ nghiệp của tiên đế!". Rồi vua ban cho ngựa xe và tiền bạc để Hoàng du lãm kinh thành và đến chào các quan trong triều. Chỉ có mấy ngày ở kinh mà Hoàng cảm thấy sao mà ngao ngán.

Đến đâu Hoàng cũng được tiếp đãi nồng nhiệt nhưng có một điều gì đó khách sáo, giả tạo rất khác với bản chất đôn hậu, mộc mạc của người xuất thân từ chốn quê mùa như chàng. Thậm chí, có một số vị quan đầu triều còn đem con gái ra ướm gả cho quan tân khoa. Nhưng khi các cô tiểu thư ấy ra chào, Hoàng nhận thấy họ chỉ là các cô gái già, nhan sắc thì kém dù rằng vàng bạc châu báu đeo đầy người, nhưng hỡi ôi, của đi đằng của, người đi đằng người, không thể nào sánh với vẻ đẹp mặn mà, giòn ngọt của những cô gái quê, mà chàng thỉnh thoảng nhìn trộm mỗi khi các nàng ở truồng tắm giếng.

Mấy hôm sau, được vua ban cho cờ quạt, ngựa xe để vinh qui bái tổ trước khi lên kinh nhậm chức nhưng Hoàng bái tạ, xin được về một mình, lấy cớ là đường sá xa xôi hiểm trở sợ nhọc lòng quân sĩ và ngay sau đó rời khỏi kinh thành.

Đường về quê nhà quả là gian khổ bởi phải vượt qua bao nhiêu là đèo núi điệp trùng, trong đó có một con đèo lớn mà dân gian truyền tụng là nơi cư trú của loài hổ dữ cùng với rất nhiều giống sài lang. Thế nhưng trong tâm trạng phấn khởi vì vừa đỗ đại khoa, Hoàng không hề cảm thấy mệt nhọc mà càng về gần hướng quê nhà càng dẻo chân. Như đã nói, quê của Hoàng thuộc vùng sơn cước và từ đường cái quan rẽ vào phải đi xuyên qua những cánh rừng rậm rạp hoặc những nơi thôn dã quê mùa chỉ có những đường mòn nhỏ bé.

Một tuần sau khi rời kinh đô, Hoàng nhẩm tính vài hôm nữa về đến nhà thì trời đã về chiều, lúc này chàng đang đi vào một xóm nhỏ phong cảnh hữu tình. Xóm nằm dưới một thung lũng ruộng lúa xanh tốt bề bề, hoa trái trong vườn xum xuê quả ngọt, một vài mái tranh nâu đang tỏa khói lam chiều làm nao lòng viễn khách. "Ôi, thật khác xa với cái nơi phồn hoa đô hội mà ta vừa rời khỏi biết bao". Hoàng tự cảm thán như vậy và cũng cảm thấy khát khô cổ, chàng rẽ vào một con đường nhỏ, dẫn đến một trang trại có vài căn nhà khang trang với ý định xin một chén nước cho dịu lòng.

Chàng bỗng đi chậm lại rồi cảm thấy bàn chân mọc rễ khi nhìn thấy trước mặt mình, đang uốn lưng một cách duyên dáng để kéo một gàu nước lên từ một chiếc giếng xây bằng đá tổ ong là một cô gái, tuy ăn mặc quê mùa nhưng nhan sắc mỹ lệ vô ngần. Khi cô gái đã kéo được gàu nước, Hoàng mới tỉnh trí và tiến lại hỏi xin nước đồng thời tìm cách trò chuyện với nàng. Cô gái lịch sự đưa gàu nước cho chàng nhưng cau mặt trước những lời hơi có phần cợt nhã. Rồi nàng quay mặt vào nhà lên tiếng gọi mẹ mình thật lớn. Hoàng quay nhìn vào mái nhà tranh thì thấy một bà cụ đã khá già, lưng còng đầu bạc, miệng móm mém nhai trầu, tay chống gậy trúc bước ra. Chàng vội lễ phép chào bà lão, bà đáp lễ rồi vội hỏi cô gái:

- Có chuyện chi mà con phải gọi mẹ?

Cô gái trả lời:

- Con đang múc nước tưới rau thì chẳng biết cái con người này từ đâu tới, anh ta xin nước uống xong đã không chịu đi ngay mà còn nói những điều ngớ ngẩn làm con rất bực mình.

Hoàng nghe những lời như vậy rất xấu hổ nên vội tìm cách thanh minh là mình quá khát và chỉ xin nước uống mà thôi. Nhưng nhìn thấy cô gái dung nhan rực rỡ, lại càng đẹp thêm lên khi tỏ vẻ không hài lòng, chàng ướm lời:

- Nhà cháu còn xa lắm. Trời lại sắp tối rồi. Chắc là không kịp vượt đèo!

Bà cụ bảo:

- Nhà của lão chật hẹp, không tiện tiếp khách. Ở đầu làng có quán dịch rộng rãi, lại có bán đồ ăn thức uống, cháu cứ đến nơi ấy mà nghỉ ngơi.

Biết không thể kèo nài, nhưng vì mới gặp đã say tình, Hoàng hỏi liều:

- Xin phép bác cho cháu hỏi con gái bác năm nay bao nhiêu tuổi rồi?

Bà lão không câu nệ gì, trả lời:

- Em nó tuổi Thìn, năm nay vừa mười sáu tuổi.

- Xin lỗi bác, cho cháu hỏi thêm là cô ấy đã thành gia thất chưa?

Bà lão chưa kịp trả lời thì cô gái đã lộ vẻ không bằng lòng, cô nói với mẹ:

- Ông khách này dây dưa quá. Chắc là kẻ bạt mạng ở đâu. Mình vô nhà đi mẹ!

Nhưng bà cụ cười độ lượng rầy con:

- Mẹ đã dạy con phải hòa nhã với khách kia mà.

Rồi quay sang Hoàng, bà trả lời:

- Nhà chỉ có một mình em nó. Tính để đỡ đần vài năm nữa nên chưa vội.

Hoàng lại nói xa gần:

- Đời con gái ai cũng phải có chồng, nếu để quá muộn thì e rằng...

Cô gái lại cướp lời chàng:

- Ông khách này vẫn nói những chuyện khó nghe. Mẹ đừng nên đứng đây nữa, vào nhà đi mẹ!

Nhưng bà lão vẫn từ tốn nói với con:

- Chúng ta chỉ nghe lọt những điều nên nghe. Có gì đâu mà con phải khó chịu!

Hoàng trước đây suốt ngày chỉ là con mọt sách, giờ đối mặt với hoa xuân đương nhụy, cảm thấy lòng yêu dào dạt nên không hề chấp mà lại như càng yêu thêm. Chàng bèn tự giới thiệu mình vừa đỗ trạng nguyên, ý chừng muốn dùng phú quí công danh mà mua chuộc lòng bà lão cùng cô con gái đẹp. Nhưng bà lão không có chút gì vồ vập mà phải suy nghĩ giây lâu rồi mới hỏi:

- Trạng nguyên là cái gì vậy?

Hơi ngạc nhiên nhưng cho rằng bà lão quá đỗi quê mùa nên Hoàng giải thích:

- Tài cao trong thiên hạ, đọc sách đến thông kim bác cổ, văn chương siêu tuyệt, đi thi đỗ đầu thì gọi là trạng nguyên!

Bà lão lại hỏi:

- Vậy chứ cái người như vậy bao lâu thì có được một người?

- Lâu lắm! Phải ba năm mới có một kỳ thi!

Nghe vậy cô gái liền cười khúc khích nói trêu:

- Mới nghe con mọt sách này nói cứ tưởng trạng nguyên là người ngàn năm có một, hiếm hoi lắm trong đời. Ai ngờ cứ ba năm lại có một người. Cái thứ ấy mà ba hoa luôn miệng thì thật là chuyện lạ!

Nói xong không đợi mẹ, lui vào nhà, tiếng cười khúc khích vẫn vọng ra.

Hoàng cảm thấy vô cùng xấu hổ nhưng lòng yêu không giảm. Thấy chuyện phú quí công danh không làm xiêu lòng bà cụ, chàng liền móc từ trong tay nải ra mấy thỏi vàng còn dấu vua ban, đưa cho bà cụ mà nói:

- Cháu tuy mới quen cô nhà nhưng thật tình đã nặng lòng yêu vì tài sắc, lại cảm lời ăn tiếng nói thẳng thắn nên xin được cầu hôn. Nếu bác không chê thì đây là chút lễ mọn để làm tin vậy!

Bà cụ hờ hững cầm lấy thỏi vàng, ngắm sơ rồi hỏi:

- Ngửi không thấy mùi thơm, nắm trong tay thì lạnh. Đây là vật gì vậy?

Hoàng nghe hỏi thì cực kỳ kinh ngạc nhưng vẫn đáp:

- Dạ, đấy là thỏi vàng, mẹ con bác nếu có nó có thể mua sắm tất cả. Trời lạnh có thể đổi được quần áo ấm, bụng đói có thể đổi lấy thức ăn, bệnh tật có thể đổi lấy thuốc hay nên người đời vẫn cho rằng "quí như vàng" là vậy.

Bà cụ có vẻ không bằng lòng, nói:

- Nhà ta có dăm ba sào ruộng, có vài trăm gốc dâu. Cuộc sống an nhàn thanh tịnh lo gì đói rét, bệnh tật. Cái vật này để ở đây liệu có ích lợi gì, thôi trạng nguyên cứ giữ lấy mà tiêu xài!

Nói xong bà giận dữ ném ngay thỏi vàng xuống đất rồi nói trống rằng:

- Thật đáng thương cho những kẻ rồ dại chỉ quen dùng công danh của cải để dọa nạt người!

Hoàng nghe như vậy thì tột cùng xấu hổ nhưng không còn cách nào khác là phải rút lui.

Đi được vài bước, chàng bỗng nghe bà lão gọi lại, hỏi:

- Quan trạng có muốn nghe chuyện vị lai chăng?

Đã mười phần kinh ngạc, Hoàng vái bà lão:

- Kẻ hậu sinh đã lỡ ba hoa thất lễ, xin lão nhân chỉ dạy.

Bà lão đã lấy lại khuôn mặt phúc hậu, dịu dàng bảo chàng:

- Ta xem cháu đường công đang rộng mở, nhưng thời thế đang loạn lạc, e rằng sẽ gặp họa lớn. Còn một chuyện nữa, mới đây chỉ vì lời nói bốc đồng mà đã tạo nghiệp thù oán trăm năm rồi!

Hoàng kinh hãi sụp lạy, miệng xin bà lão nói rõ thêm chút nữa về tương lai của mình, nhưng bà lão đã phất tay áo, chống gậy trở lui, miệng lẩm bẩm:

- Thật đáng tiếc! Thật đáng tiếc!

Sự gặp gỡ lạ lùng làm Hoàng không dám ở lại ngôi làng đó mà gần suốt nửa đêm vượt đèo qua trú ngụ ở một làng khác. Mấy hôm sau, về chưa đến làng, đã thấy các bô lão cùng rất đông dân chúng ra đón tiếp, bởi chỉ dụ vua ban đã về tới địa phương theo đường hỏa tốc.

Dù cố từ chối, nhưng chàng vẫn bị đưa lên kiệu, rước về làng.

Đám rước vinh quy vừa vào cổng làng, đi một đoạn thì thấy nhà phú hộ Hồ, giàu nhất làng phát tang, tiếng khóc ai oán vang khắp ngõ. Hoàng ngạc nhiên hỏi: "Nhà họ Hồ ai chết vậy?"

Những người khiêng kiệu, cũng là người quen trong làng, ghé tai chàng nói thầm: "Ông Cửu (phú hộ Hồ mua được chức cửu phẩm) chứ ai! Chết vì thắt cổ tự tử!"

Hoàng lạnh cả người. Chàng sực nhớ hôm khăn gói đi thi, nhà nghèo không ai coi trọng nên chẳng có một người đi tiễn. Mờ mờ sáng, chàng xăn quần lội tắt qua mấy đám ruộng để ra đường cái. Vừa băng qua đất của Cửu Hồ thì gặp ông ta đang đi thăm nước ruộng cùng với một đầy tớ. Thấy Hoàng, ông ta hỏi, giọng hách dịch: "Thằng mô đó. Sáng sớm đi đâu?"

Hoàng thưa: "Dạ con là con nhà Hoàng, lên kinh dự thi!"

Lão Cửu xí một tiếng, ra vẻ khinh bỉ. Đợi chàng đi qua, lão nói với đầy tớ, nhưng cố ý cho chàng nghe rõ: "Thằng Hoàng ni mà đậu, thì có chó mà lạy nó!"

Suốt thời thơ ấu bị khinh khi nghèo khó đã tạo ra trong lòng Hoàng một nỗi hận thù những người giàu có, là người điềm đạm, nhưng khí oán đã bốc lên, Hoàng cũng phang lại một câu: "Tui mà đỗ đại khoa, sẽ chọn ông làm chánh bái!"

Giờ đây ngồi trong kiệu, đi ngang qua vườn nhà lão, nghe tiếng khóc tang gia ai oán Hoàng như hiểu ra mọi lẽ. Thì ra sợ cái nhục "chánh bái" mà lão Cứ đã thắt cổ chết trước khi chàng về đến quê hương. Hoàng rùng mình, nhớ câu nói của bà lão tình cờ hôm nọ "chỉ vì lời nói bốc đồng mà đã tạo nghiệp thù oán trăm năm rồi!" thì càng thêm kinh hãi. Sau lễ "vinh qui bái tổ" chàng cứ nấn ná, không muốn ra làm quan. Nhưng rồi có chiếu chỉ giục mấy lần mới bất đắc dĩ từ giã quê nhà mà nhập chốn phồn hoa.

Nói về phú hộ Cửu, sau khi ông chết, gia sản dần tiêu tán, con cái ly hương. Nhà chỉ còn cô con gái ế chồng ở lại hương khói từ đường. Dòng họ ấy mau chóng khánh kiệt. Chỉ có một điều lạ mà cả năm sau dân làng mới phát hiện. Đó là trong vườn nhà ông Cửu bỗng xuất hiện một loài ong lạ. Nó không giống những con ong bình thường mà đen nhánh, thân nhọn, có hai sợi râu rất dài. Một lần đám trẻ chăn trâu gần đó thấy tổ ong quá lớn, nghĩ chắc mật nhiều nên đem bùi nhùi tới đốt. Ai ngờ tổ ong hoàn toàn không có mật mà chỉ toàn một loài ong độc. Cả đàn bay ra, bất kể khói lửa rượt bọn trẻ chăn trâu mà đốt một trận kinh hoàng.

Hôm đó có đứa phải chạy ra bờ sông, nhảy xuống trầm mình mới thoát chết nhưng về được đến nhà thì u đầu sưng mặt, nóng sốt cả tuần mới khỏi. Đàn ong lạ này còn đại náo xóm làng vài phen bởi có một số người ác tâm, nhân thấy nhà ông Cửu nay chỉ còn cô gái già, muốn lẻn vào trộm gà, hái trái ngờ đâu bị ong đốt tơi bời, ong còn truy kích đến tận nhà, gặp ai đốt nấy nên từ đó dân làng không ai dám bén mảng đến chốn vườn kia. Các vị nho học gọi chúng là Hồ phong, tức là con ong của nhà họ Hồ.

Lại nói về số phận của Hoàng, sau một thời gian làm quan, thấy chốn công danh sao mà bỉ ổi, chàng treo ấn, quyết dấn thân vào nghiệp lớn. Người nhà kể rằng về sau, vẫn bị bóng hình cô gái kia ám ảnh, chàng đã đôi ba lần vượt đèo trở lại tìm chốn thôn xưa nhưng chẳng bao giờ tìm ra ngôi làng lần nọ. Dòng đời luân chuyển, cuộc loạn triền miên nhưng nhờ tài trí hơn người, lại có tính cách của một bậc quân tử, Hoàng đã thoát bao nhiêu kiếp nạn để cuối cùng leo lên thang bậc tột đỉnh.

Một ngày trở lại quê nhà, lúc ấy tuổi đã ngoài năm mươi, Hoàng giờ đã là một yếu nhân, bỗng nhớ chuyện cũ liền tìm lại những chốn thân quen. Khi vừa bước chân gần đến đất của bá hộ Hồ thuở xưa, bỗng một quầng mây đen từ trong khu vườn rậm rạp ùn ùn lao tới. Những người lính hầu xông tới tính bảo vệ Hoàng nhưng bị đàn ong đốt quá đau đều tháo chạy. Hoàng khi ấy tuổi đã cao, sức đã mỏi, không thể dẻo chân chạy thoát nên khi người làng xúm lại giải cứu, khiêng về đến thềm nhà cũ thì tắt thở...

ĐUỔI QUỶ

Kính tặng Ba tôi

Một trong những quan ngự y của Đức Thành Thái là người đất Quảng Nam. Khi nhà vua bị truất phế vào mùa thu năm 1907, ông cũng từ quan, về quê nhà sống với nghề hốt thuốc.

Bà cố tôi, một trong những người hiếm hoi trong dòng họ sống vượt qua cái ngưỡng tuổi một trăm năm vẫn thường kể rằng ông ưa nhắc đến đức tính thương dân, gần dân của nhà vua mà chính ông luôn lấy đó làm gương.

Từ ngày trở lại quê nhà, với tài năng thật sự và danh tiếng ngự y, không lúc nào ông được rảnh rỗi. Người bệnh tìm đến với ông đủ mọi thành phần và không chỉ giới hạn trong tỉnh Quảng Nam dù rằng đôi khi họ phải vượt đèo Hải Vân ở phía bắc và đèo Cả ở hướng ngược lại.

Đến với ông, đông nhất vẫn là những người nghèo vì không như những danh y khác, ông luôn lấy y đức làm đầu nên thường là ông chữa bệnh gần như miễn phí cho những người khốn khó.

Thế nhưng, dù là một danh y, rồi đạt đến đỉnh cao của sự nghiệp và danh vọng là được vời vào triều, đứng trong hàng ngũ của các vị ngự y trong Thái y viện, nơi đã giúp ông hoàn thiện thêm kiến thức và y thuật của mình, ngài "cựu ngự y" ấy nhiều khi vẫn cảm thấy bất lực trước cái nghiệt ngã của nghề nghiệp.

Ngay cả khi còn trong triều, hay khi đã về cùng những kẻ thứ dân, mỗi lần nhìn thấy tử thần cướp trên tay mình một sinh mệnh là ông đau đớn đến mất ăn, mất ngủ. Thời ấy, ai bất hạnh vướng vào "tứ chứng nan y" thì kể như chỉ còn đợi thần chết đến, thế nhưng ngoài bốn chứng bệnh "phong, lao, cổ, lại" mà bất cứ thầy thuốc nào cũng phải bó tay ấy, ông còn luôn làm kẻ chiến bại trước một căn bệnh hiểm nghèo khác: bệnh điên!

Thoạt tiên, với uy tín cộng với lòng nhân hậu của ông, người nhà vẫn thường đem đến cho ông chữa trước, và chỉ khi ông "chạy" thì họ mới phải tìm đến các pháp sư, các thầy phù thủy, nơi mà tiền chữa trị đôi khi cao bằng cả một đời làm thuê.

Tại sao các thầy pháp, thầy mo kia có thể chữa khỏi chứng điên mà ta thì không? Có những kẻ như "thầy" Tám Khủng làng bên, vô học, thời trai trẻ chỉ biết đi ăn trộm rồi bị dân làng đánh đến bể đầu, xấu hổ bỏ làng đi biệt tích hàng mười năm, lại đùng một cái trở về xưng là pháp sư, học nghề tận vùng Thất Sơn huyền bí. Và để chứng minh một cách hùng hồn cho danh xưng ấy, thầy Tám đã lập tức chữa khỏi hàng loạt bệnh điên đã đến thời kỳ mà mọi ông thầy khác đều bó tay! Tại sao lại là như vậy? Tại sao?

Những câu hỏi ấy dày vò ông. Những câu hỏi làm ông đau xót và có phần nhục nhã. Những câu hỏi đúc dần trong lòng ông một quyết tâm: Phải học để biết cách chữa bệnh điên! Phải học để mà có thể đánh đuổi, trục xuất những con ác quỷ ra khỏi cuộc sống, trả lại linh hồn cho những người lương thiện.

Nhưng học ai? Một quan ngự y xuất thân là một nhà nho, một "chơn quân tử" như ông tất nhiên là không thể cầu cạnh những thầy bùa, thầy pháp vô đạo đức, tham lam và chữ nhất cắn đôi còn chưa hiểu kia! Ông quyết tâm đi theo hướng của mình. Cuối những năm ông làm ngự y, triều đình đã xảy ra một biến cố mà mọi sĩ phu đều biết. Lúc ấy, nhằm tạo ra lý do để truất phế nhà vua có tư tưởng tiến bộ và chống lại chế độ bảo hộ của người Pháp, viên khâm sứ Levéque đã phao tin Đức Thành Thái bị điên. Sau đó chúng giam nhà vua vào điện Càn Thành, đồng thời để che mắt những người nghi ngờ, Hội Đồng Phụ Chính đã ra lệnh cho Thái Y Viện huy động mọi nguồn nhân sự và tài liệu liên quan đến bệnh điên về, nhằm chữa trị cho nhà vua.

Câu chuyện "làm trò" ấy rồi ai cũng biết, nhưng những tài liệu y thuật cổ kim nhằm trị chứng bệnh kia thì vẫn còn được tàng trữ tại Thái Y Viện.

Thế là ông lên được trở lại kinh đô, nơi vẫn đang cuồn cuộn những đợt sóng ngầm giữa những âm mưu chính trị. Gạt mọi chuyện ngoài tai và dựa vào sự quen biết cũ, ông lao vào mục đích của mình. Tàng thư của triều đình, tàng thư của các danh y chốn kinh thành, hoặc bất cứ đâu nếu được phép ông đều tìm đến ngay xin tham khảo. Tấm lòng và sự bền chí ấy rốt cuộc đã được đền bù, ông đã tìm ra được công thức pha chế thuốc chữa bệnh điên hiệu nghiệm nhất!

Thế nhưng thành phần của phương thuốc ấy lại là một thách thức không kém khó khăn. Đó là một hỗn hợp đặc biệt gồm các nguyên liệu lạ lùng và hiếm hoi, mà khó nhất là phải tìm cách kiếm cho được một Thiên Linh Cái (sọ của những con gái đồng trinh bị trời đánh) và những phương thuật luyện đan nghiêm ngặt khác!

Nhưng bằng một ý chí đã thành đá, cộng với một sự cố gắng liên tục, bền bỉ, cuối cùng ông cũng vượt qua được mọi cản ngại để luyện xong phương thuốc trên.

Người bệnh đầu tiên của ông là một anh lực điền, tuổi ngoài ba mươi. Anh ta bị ma Thần Vòng bắt vì dám dành lấy từ bàn tay của loài ma nổi tiếng hung ác này một sinh mạng, đó là khi anh dứt dây cứu một thiếu phụ hàng xóm giận chồng đi thắt cổ. Gia đình bệnh nhân đã đem anh ta đến nhờ thầy Tám Khủng nhưng đành phải đem về chờ chết vì ông ta đòi công chữa bệnh quá cao mà phải trả trước!

Thế nhưng anh lực điền ấy không chết một cách dễ dàng, những cơn điên đã biến anh thành một con quỷ dữ, sẵn sàng bứt dây trói, chạy khắp làng và gặp ai cũng nhào tới đánh đập, cắn xé làm mọi người cực kỳ kinh hãi.

Bệnh nhân được khiêng đến nhà quan ngự y – những người dân vẫn cứ gọi một cách kính trọng như vậy dù ông đã thôi việc – trong tình trạng cuồng loạn. Anh ta bị trói chặt bằng những sợi thừng to nhưng miệng thì sùi bọt mép và luôn gầm gừ, rú rít bằng những âm thanh không phải của con người.

Vị danh y hồi hộp đem thử nghiệm ngay phương thuốc của mình và điều kỳ diệu đã xảy ra ngay tức khắc. Sau khi được cạy miệng cho uống thứ nước có màu đỏ nhạt, một dung dịch giữa nước giếng khơi và thuốc, người bệnh dần dần ngủ yên. Trong ba ngày tiếp theo bệnh nhân được cho uống liên tục mỗi ngày một lần và đi đến khỏi hẳn. Vậy là con ma Thần Vòng đã bị trục xuất! Thuốc đã hiệu nghiệm rồi!

Tất cả mọi người đều vui mừng khôn tả, mà mừng nhất có lẽ là vị danh y hiền đức. Thế là từ đây ông đã yên tâm. Từ đây những người không may bị quỷ ám sẽ có ông ra tay trừng trị và trục xuất chúng! Bọn thầy pháp, thầy mo kia sẽ chẳng còn dịp để lên mặt coi thường ông và tính giá cắt cổ với người nghèo!

Khi được đám đệ tử thuật lại câu chuyện chữa bệnh thần kỳ của vị danh y, thầy Tám Khùng cười khà khà:

- Lão ấy đã tự rước họa vào thân rồi! Thật là đáng đời mà cũng thật tội nghiệp!

Rồi lão nói tiếp, vẻ đắc ý:

- Đối đầu với quỷ thần không phải là chuyện của bọn xuất thân mũ cao áo dài. Ta đây, mười năm lăn lộn chốn thâm sơn cùng cốc để học đạo. Bảo bối, pháp thuật đủ đầy. Có thể kêu gió, hú mây, dưới tay lại hàng vạn âm binh mà đôi khi còn phải tránh mặt Ma Vương, huống hồ gì lão ấy chỉ biết trông cậy vào chữ nghĩa của bọn hủ nho. Để rồi bây coi. Thật tội nghiệp! Thật tội nghiệp!

Tin quan ngự y chữa được bệnh điên lan nhanh như chớp. Người dân cảm thấy an tâm hơn vì từ nay bên cạnh họ đã có một vị thánh nhân sẵn sàng cứu giúp. Nhưng rồi tai họa đã đổ ập vào gia đình vị á thánh ấy không lâu...

Một buổi chiều, sau khi đi thăm bệnh cho một bệnh nhân già yếu, vị danh y ngồi võng trở về (thời ấy ở vùng núi, phương tiện đi lại khó khăn, những người có tiền, có địa vị thường đi võng). Vừa đến đầu làng, ông đã nhận được tin sét đánh. Cô con gái đầu của ông, vừa đến tuổi cập kê, tự dưng đang ngồi trong nhà thì ngã lăn ra chết! Ông về đến nhà thì đã quá muộn và chỉ còn cách an ủi bà vợ đang lăn gào, khóc lóc vì quá đau thương!

Tai họa không làm ông nản lòng, trái lại ông còn bỏ nhiều thời gian hơn cho những người bất hạnh. Ông vẫn không từ nan một khó khăn nào, vẫn sẵn sàng ngồi võng đến một làng xa chữa bệnh cho những người già yếu không đi được.

Người bệnh điên thứ hai được ông chữa là một cô gái trẻ. Một hôm đi tát nước ruộng cô gái trông thấy một bầy vịt. Ngỡ là vịt của ai bị lạc cô liền lùa giúp về làng. Thế nhưng, khi lùa ngang qua miếu cô hồn, nơi người thiếu phụ thắt cổ rồi được cứu sống trước đây, bầy vịt biến mất còn cô gái vừa về đến nhà thì phát bệnh điên. Bệnh nhân không nguy hiểm như anh lực điền nhưng thật đáng thương vì thường trốn khỏi nhà đi lang thang, lúc khóc lúc cười và lại bứt xé hết quần áo phơi bày tấm thân trinh nữ trước mắt mọi người.

Cũng chỉ với ba liều thuốc uống trong ba ngày, vị danh y đã trục xuất được ngay con quỷ trong người cô gái và từ chối không nhận lễ vật, tiền bạc của gia đình nạn nhân, một gia đình cũng rất nghèo, đem đến. Ông vẫn bình thản trước danh tiếng ngày càng vang dội của bản thân và tiếp tục sống giản dị, hết lòng với những người nghèo như vẫn từng đã sống.

Nhưng tai họa thứ hai lại tới. Lần này là nhắm vào cậu con trai thứ của ông. Cũng từ một lần ông đi chữa bệnh xa. Cũng là một cái chết bất đắc kỳ tử và bí ẩn!

Ông già đi nhanh chóng. Đôi vai gầy sụp xuống và đôi mắt u buồn hẳn nhưng vẫn lao vào công việc của mình như thể ông muốn mượn công việc để quên đi bao bất hạnh vừa rồi!

Người dân đã yêu quí ông giờ càng yêu quí hơn vì nỗi đau mất mát của ông cũng gần như của họ. Trả tiền bạc, lễ vật hậu quá ông không nhận thì họ lén lút đến cửa sau năn nỉ vợ ông nhận giùm dù chỉ là cân gạo, con cá vừa đánh được. Còn mỗi khi cần nhờ vả hay gặp ông ngoài đường, mọi người dân đều lễ phép vái chào "quan" với lòng kính trọng.

Mấy tháng lại trôi qua. Nỗi đau dường như đã vơi bớt phần nào. Rồi ông lại nhận chữa cho một người điên khác. Lần này là một phụ nữ đã có chồng và ba đứa con. Căn bệnh tự nhiên bộc phát không rõ lý do nhưng triệu chứng điên thì rõ rệt. Gào thét, chửi bới, khóc cười... và mang một sức mạnh khác thường của kẻ điên: Chị ta có thể ném một cái cối đá xa hàng thước, điều mà ngay cả người đàn ông mạnh nhất làng cũng không làm nổi.

Người chồng phải tự tay đóng một chiếc cũi nhốt vợ vào đó và nhờ đến bốn người khiêng đến nhà quan ngự y. Dân chúng đến xem chật cả cái sân rộng nhà ông. Tự tin và bình thản, vị danh y lại đem thuốc quí ra mài và sai người múc nước giếng khơi hòa vào. Một lần nữa chất nước màu đỏ nhạt lại linh nghiệm trước sự thán phục của mọi người.

Người phụ nữ lại được trả về với chồng, với con như chính con người chị trước kia. Nhưng cũng một lần nữa gia đình lãnh tai họa thứ ba. Cũng như lần trước, cô con gái thứ ba mới mười hai tuổi, trong khi rửa chén ngoài cầu ao đã rơi xuống và bị chết đuối. Khi gia đình phát hiện thì cô con gái bất hạnh chỉ còn là cái xác không hồn!

Tang tóc bao trùm lên cả làng. Mắt mọi người đều rơm rớm lệ. Không một cuộc vui nào được tổ chức trong giới người nghèo suốt những tháng sau đó. Thậm chí người ta không dám cười lớn với nhau vì sợ như thế là xúc phạm đến nỗi đau thương quá lớn của gia đình ông.

Lần này, ông nằm liệt suốt cả tuần mới gượng lên được và cả tháng trời gần như mất ngủ. Tại sao những đứa con ta lại chết sau khi ta vừa chữa khỏi cho một người điên? Tại sao đó đều là những cái chết bất đắc kỳ tử và nằm ngoài sự kiểm soát của ta?

Những câu hỏi ấy hiện lên ám ảnh ông dữ dội. Không phải câu nói của pháp sư Tám

Khủng không đến tai ông. Nó cũng đang làm ông suy nghĩ. Vợ ông, người đàn bà suốt đời tuân phục chồng giờ cũng năn nỉ ông thôi chữa bệnh điên. "Ông mà còn động đến quỷ thần thì gia đình mình còn nhận bao nhiêu là khốc hại!" – Bà nói vậy nhưng ông gạt đi. Ông cho rằng những bất hạnh kia chỉ là ngẫu nhiên dù chính ông cũng đang phân vân, không biết đâu là lời giải đáp!

Lại nhiều tháng trôi qua, nhưng nỗi đau đã không nguôi ngoai trong tâm hồn bắt đầu rời rã của ông. Ông vẫn hốt thuốc, chữa bệnh bằng tất cả lương tâm của một lương y nhưng đã bắt đầu thấy mệt mỏi.

Rồi một hôm, có cả một gia đình từ một làng xa vượt đèo tìm đến ông. Con trai họ, cháu đích tôn của một dòng tộc lớn, đang chờ chết vì bệnh điên. Họ đã cho rước mọi thầy phù thủy, pháp sư trong vùng nhưng các vị này đều bó tay vì không đủ sức để đuổi con quỷ kia. Nghe danh quan cựu ngự y, lại biết quan là người nhân đức, họ kéo cả gia đình gồm cha, mẹ, chị và cả ông bà người bệnh, vượt đường xa khẩn khoản đến xin ông ra tay tế độ!

Vị danh y do dự. Đường khá xa. Hay là ta viện cớ này mà từ chối? Nhưng rồi trước những giọt nước mắt, trước sự năn nỉ lạy lục của họ suốt một đêm dài, lòng ông chùng lại. Gia đình bệnh nhân mừng rỡ như vừa sống lại. Họ vội mướn ngay một chiếc võng điều và hai người phu lực lưỡng...

Ông! Bà vợ già nghẹn ngào khi thấy chồng lại soạn đồ đạc – Nhà mình chỉ còn mỗi một thằng Út. Lỡ mà..

Bà không dám nói hết câu, chỉ òa lên khóc. Ông nhìn vợ, cảm thấy thương bà hơn, nhưng ông cũng gắng nói cứng: "Tất cả là do số trời. Tôi không tin chuyện chữa bệnh của tôi dính líu gì đến sinh mạng của mấy đứa con mình. Bà an tâm, thằng Út là cả cuộc đời tôi. Tôi sẽ bảo vệ nó. Ở nhà bà nhớ coi chừng con cẩn thận. Nhớ chỉ cho phép nó rời khỏi nhà khi tôi đã về!

Rất đông người làng tiễn ông như một chuyến đi xa và lòng ông ấm lại. Chiếc võng khuất dần ở một đường rẽ trước khi lên đèo.

Nghe tin quan ngự y đến tận nơi chữa bệnh, những người trong làng bệnh nhân cũng xúm đen, xúm đỏ ngóng chờ. Sáng sớm ra đi thì gần trưa mới đến. Người ta lễ phép tránh xa, xì xào bàn tán khi võng ông đi qua. Một bờ tường cao bằng đá chạy dài chứng tỏ chủ nhân là một cự phú. Chiếc võng đã đi đến ngõ và vừa lúc ấy tiếng huyên náo nổi lên. Bệnh nhân, bằng một sức mạnh kỳ bí, đã vùng dậy, vượt qua cơn ngoắc ngoải của mình, đang vùng chạy ra đón đầu võng. Cả gia đình bệnh nhân cùng về sau ông hốt hoảng, họ níu võng thưa:

- Bẩm quan, con trai tôi đó. Không hiểu sao nó lại ra được đến đây? Xin ngài cản lại giùm. Xin ngài rủ lòng thương!

Vị danh y bước nhanh ra khỏi võng. Ông chưa từng thấy người điên nào lại tỉnh táo đến vậy. Hắn hoàn toàn mạnh khỏe khi bước đến gần ông. Và trước sự kinh ngạc của hàng trăm con người, hắn vái chào ông thật lễ phép. Rồi hắn nói bằng một giọng mà những người từng biết hắn nhận ra ngay đó là giọng của một người xa lạ:

- Bẩm ngài ngự y. Tôi xin được phép hỏi ngài vài điều trước khi ngài bước vào căn nhà này?

- Ngươi cứ nói! Vị danh y từ tốn.

- Bẩm ngài. Tôi chưa hề quen biết ngài, chúng ta cũng không thù oán gì nhau, vì thế tôi muốn hỏi tại sao từ cả năm nay hễ tôi đi đến đâu là ngài theo đến đó? Tại sao tôi không muốn quấy phá gì ngài mà ngài lại theo đuổi quấy phá mãi tôi?

Giọng anh ta thật thống thiết. Vị danh y bàng hoàng. Ông chăm chú nhìn người bệnh. Hắn nói rất tỉnh táo và khôn ngoan. Ngôn ngữ ấy dứt khoát không phải là của chàng trai điên này!

- Ta là thầy thuốc. Ta có nhiệm vụ chữa bệnh cho bất cứ ai cần đến ta! Ông trả lời cứng rắn.

- Nhưng đây là công việc của tôi! Cuộc sống của tôi. Tôi không cần thầy phải nhúng tay vào! Người bệnh gào lên. Tất cả mọi người đều bất động khi chứng kiến cái cảnh có một không hai trong đời họ.

Vị danh y vẫn ôn tồn nhưng cương quyết:

- Công việc của ta là cứu người. Ma quỷ cũng là một chứng bệnh mà ta thấy cần phải tống khứ cho kỳ hết!

Một tiếng cười lạnh vang lên:

- Nhưng thầy sẽ không bao giờ làm được điều ấy. Mọi sự đều có nhân quả của nó. Thầy quên rồi sao. Khi thầy trục xuất tôi ra khỏi người đầu tiên tôi đã phải xin thầy cô Cả để bù trừ. Rồi đến cậu Hai, cô Ba, tương ứng với số lần mà thầy đã đánh đuổi tôi.

-Ngươi... ngươi... Vị danh y lắp bắp. Ông lạnh toát cả người. Vậy là đã rõ. Những tai họa kia không hề là ngẫu nhiên.

-Phải! Giọng nói lạnh lẽo ấy lại tiếp tục – Tất cả đều từ một tay tôi. Và giờ xin nói để thầy hay. Nếu lần này mà thầy cũng vẫn không thương thì... thì nhà thầy vẫn còn cậu Út. Phải, nếu mà thầy vẫn không thương thì tôi xin mạn phép thầy!

Vị danh y đứng chết lặng hồi lâu. Người bệnh cũng khoanh tay đứng bên ông. Xung quanh, thân nhân và dân làng cũng bất động... Chợt ông như sực tỉnh, ông quay ngoắt lại, bước về phía gia đình người bệnh. Ông nói mà nước mắt rơi ra:

- Hãy thứ lỗi cho tôi. Gia đình nên mời một pháp sư khác có pháp thuật cao cường, vừa có khả năng đuổi quỷ vừa bảo vệ được mình mới mong trục xuất con quỷ dữ này. Còn tôi, tôi đã không thể.

Ông leo trở lên võng và bảo hai người phu khiêng ngược ra. Dân làng dãn ra cho ông đi. Họ không nói gì. Họ hiểu ông không đủ sức. Họ biết rằng sự hy sinh nào cũng có giới hạn. Ông đã bước đến cái giới hạn cuối cùng.

Về đến làng, vị danh y đem chôn cái đãy gấm đựng thuốc xuống một nơi bí mật. Kể từ ngày ấy, ông chỉ chữa bệnh thường và vài năm sau thì mất.

NGƯỜI VÀ QUỶ

Mới sinh ra, tôi là đứa bé khóc đêm rất dữ. Khóc ằng ặc từ đêm này qua đêm khác, đôi khi lại ré lên như thể bị một bàn tay vô hình nào đó cấu véo. Tròn hai tuổi tôi vẫn còn mang chứng bịnh ấy. Cho đến một hôm, ba tôi lặn lội đi tìm một người bà con xa, có chồng là pháp sư nổi tiếng và được ông ấy cho một lá bùa. Lạ thay, khi ba tôi đem đạo bùa ấy về đeo vào cổ tôi thì chứng khóc đêm ngỡ là bất trị kia bớt dần rồi dứt hẳn.

Sau đó vài năm, chiến tranh càng lúc càng diễn ra khốc liệt, gia đình tôi phải tản cư luôn để tìm một chốn an toàn. Trong cuộc hành trình chạy trốn đạn bom ấy, có lần ba tôi đưa cả gia đình ghé nhà người bà con kia. Lúc đó tôi vẫn còn nhỏ, chưa kịp hiểu và nhớ được gì nhưng sau này khi dần lớn lên, xa gia đình và xa hẳn nơi chôn nhau cắt rốn của mình tôi vẫn nhớ hoài quê hương qua những câu chuyện kể ngày xưa của ba mẹ tôi.

Mới sinh ra tôi là đứa bé khóc đêm rất dữ nhưng lớn lên tôi trở thành một kẻ mơ mộng vô phương cứu chữa...

***

Người con gái ấy một thời đẹp nhất vùng phố cổ và là con duy nhất của một ông chủ tiệm cao lầu. Mười sáu tuổi, nàng đã được nhiều gia đình danh giá, giàu có nhờ mối mai dạm hỏi. Thế nhưng, thật bất ngờ gia đình nàng nhận trầu cau của một... ông phù thủy đã ngoài tuổi bốn mươi và sau đám cưới nàng theo hắn về quê chồng. Quanh cái đám cưới hơi lạ đời ấy có biết bao nhiêu lời thêu dệt, đàm tiếu nhưng về quê hương chồng nàng vẫn tiếp tục là đầu đề cho bao câu chuyện ngồi lê đôi mách khác. Đàn bà đẹp thường là nạn nhân của chính mình là vậy. Ông ta dùng bùa để quyến rũ bà ấy, một đạo "bùa yêu". Những người ưa tán chuyện bảo vậy và kể y như thật về chuyện thầy Tám (tên ông thầy phù thủy) đi xuống Hội An chữa bệnh điên, ghé ăn cao lầu và phải lòng cô con gái đẹp...

Không biết đúng sai thế nào nhưng dù gì, khi đã vang danh là pháp sư cao tay ấn nhất vùng, thấy Tám vẫn thuộc vào những người giàu có nhất vì tiền chữa bệnh điên thì đòi bao nhiêu mà chẳng được! Sống giữa cơ ngơi bề thế nhưng gần như biệt lập với xung quanh, nàng hoa khôi phố Hội nhanh chóng trở nên một thiếu phụ u sầu. Chồng nàng thường đi chữa bệnh xa, khi mười ngày, khi nửa tháng mới về, mà khi ông ở nhà thì cuộc sống của một pháp sư cũng rất khác biệt so với người thường.

Sập tối là ông bắt đầu cúng, luyện đan, miệng lúc nào cũng lẩm bẩm đọc thần chú. Khi ngủ, ông ngủ một mình. Trên bộ ngựa bằng gỗ gụ – nơi mà với bàn thờ tổ là hai nơi không có người thứ hai được phép tới gần – luôn có ba cái gối săng (gối bằng gỗ) lớn. Ngủ, ông gối một cái còn hai cái đặt hai bên ngang với tầm tay. Cứ cách độ nửa giờ, một tiếng "đùng" thật lớn lại vang lên. Đó là khi ông nện gối săng xuống mặt phản ngựa để cảnh báo những tà ma quỷ quái nào đó đang lăm le lợi dụng giấc ngủ mà quấy nhiễu ông! Điều lạ là dù đôi tay hoạt động cách khoảng và liên tục như vậy, thầy Tám vẫn ngủ say, ngáy như sấm. Chỉ có những người lần đầu tiên đến ngủ nhờ – như gia đình tôi lúc tản cư là hoảng hốt giật mình dù nằm tận nhà sau.

Ba năm đã qua, người thiếu phụ vẫn không sinh được cho ông đứa con nào mà ngày càng héo hắt như những bông hoa cắm trong chiếc bình thiếu nước. Rồi trong một chuyến đi chữa bệnh xa, ông dẫn một chàng trai lạ trở về và bảo ngắn gọn:

Thằng này siêng, tôi thuê nó về làm ruộng, làm công việc nhà!

Những lời xì xào lại chui rúc khắp nơi khi người thanh niên ấy về làm đầy tớ nhà thầy Tám. Anh ta cao lớn, da nâu bóng. Một thanh niên đẹp rắn chắc tiêu biểu cho những chàng trai vùng biển. Thế nhưng không ai tin đó là một thanh niên bình thường. Đó là một con quỷ! Không biết từ nguồn tin nào người dân bảo vậy. Đúng hơn là cái thể xác cường tráng, hấp dẫn kia chứa chấp một con quỷ thay cho linh hồn của người. Ông ta dùng thần thông để bắt nó về đây để làm đầy tớ không công nhưng rồi một ngày nào đó ông ta phải trả giá. Chỉ cần một chút sơ suất là nó sẽ vặn cổ. Hãy cứ trông cái cách nó làm hùng hục từ hửng sáng đến nửa đêm và cứ như vậy từ ngày này sang ngày khác không hề nghỉ ngơi cũng đủ biết. Chỉ có sức quỷ mới làm được như vậy! Và ánh mắt lúc nào cũng u uất, cũng căm thù một điều gì đó. Nhất định đó không phải là ánh mắt của một con người!

Những lời xì xầm ấy rồi cũng đến tai thầy Tám. Ông cười khà khà và nói với nhiều người, nửa như cố ý nửa như đùa:

- Đúng là đồn đại. Nhưng mà họ có lý! Dĩ nhiên chỉ có thầy Tám này mới có khả năng bắt và sai khiến quỉ mà thôi!

Và cũng không biết câu chuyện ấy đúng sai thế nào, nhưng về phần anh ta, con người – quỷ ấy chỉ biết làm việc và làm việc. Làm nhiều đến nỗi một tay đầy tớ siêng năng nhất của một bá hộ keo kiệt, tham công tiếc việc nhất chắc cũng phải vị nể. Cày ruộng, tát nước, xay lúa, giã gạo, bửa củi... không có việc gì mà anh từ nan, chỉ có một điều là rất khó mà nghe được từ cái miệng ấy một điều gì ngoài những tiếng "vâng dạ" ậm ự trong họng.

Thầy Tám vẫn đi "cứu nhân độ thế" để thu về những túi bạc lớn rồi từ đó sinh dần ra bao nhiêu là ruộng vườn, của chìm của nổi. Ông đi, mải miết như một nhà truyền đạo chân chính và hầu như ít chú ý đến người vợ trẻ đẹp mà ông "nhốt" giữa ngôi nhà to rộng của mình!

Đúng hơn, giờ đây người thiếu phụ ấy đã có thêm một người để sai bảo. Bao nhiêu năm đã trôi qua trong nỗi cay đắng mà nàng đem giấu rất sâu trong trái tim đã từng sôi nổi. Rồi người thanh niên được cho là hiện thân của quỷ ấy về làm đầy tớ. Nhưng hắn chỉ là một cái bóng. Một cỗ máy hoặc một con bù nhìn được người chồng phù thủy của nàng phù phép để bắt phải hoạt động thì đúng hơn!

Nàng vẫn không biết gì về hắn, không biết cả tên. Khi ở nhà, muốn sai bảo điều gì thầy Tám chỉ gọi hắn là "mày" một cách khinh miệt. Đôi lúc nàng nhìn trộm hắn và tự hỏi: Tại sao hắn lại làm nhiều như vậy? Hắn không nói chuyện gì với bất cứ ai. Cả nàng, với chồng nàng và bà lão giúp việc. Thậm chí với cả con mèo, con chó hắn cũng lảng tránh. Buổi sáng, khi nàng thức dậy, hắn đã xong rất nhiều việc và chuẩn bị ra đồng. Đến nửa đêm, khi nàng chập chờn trong giấc ngủ khó khăn với những cơn ác mộng thì tiếng chày giã gạo của hắn vẫn còn đều đều, thậm thịch.

Có một lần, một lần duy nhất vào buổi chiều giáp Tết, tình cờ nàng bắt gặp hắn đứng bất động, mắt ngó mong về xuôi. Lúc ấy dù đứng phía sau nhưng nhìn cái cơ thể khỏe mạnh, rắn chắc hằng ngày giờ chùng lại trong một tư thế mong ngóng đến da diết nàng bỗng có một ao ước đến lạ kỳ là được nhìn vào mắt hắn. Ôi, ánh mắt ấy phải hoài nhớ, u uẩn lắm mới tạo được một cái dáng đứng thế kia? Nhưng khi nàng dợm nhóm chân, do quá nhạy cảm hắn đã quay lại, nhìn nàng hơi ngỡ ngàng rồi đi nhanh vào nhà sau.

Gần cả tháng sau, khi không có ai, nàng tìm đến hắn bên đống củi đang bửa dở và hỏi:

- Anh đang nhớ nhà lắm phải không?

Hắn làm như không nghe, vẫn giáng mạnh những nhát búa vào những thân củi gộc.

Nàng nhắc lại câu hỏi của mình một cách kiên nhẫn và hơi nặng giọng:

- Thưa bà, tôi không hiểu?

- Tôi hỏi có phải anh nhớ nhà, nhớ cha mẹ... vợ con không?

- Không, thưa bà!

Hắn trả lời cộc lốc và đứng dậy xếp những miếng gỗ vừa bửa đem vào bếp. Nhưng chính sự lẩn tránh của hắn đã thôi thúc nàng lao vào một cuộc phiêu lưu mà nàng chưa hiểu sẽ mang lại cho mình điều gì. Sự im lặng của hắn vừa như thách thức vừa như có gì thật đồng cảm!

- Tại sao anh tránh mặt tôi?

Câu hỏi ấy nàng đặt ra sau đó vài tháng trong lúc hắn đang cuốc vườn.

Hắn nhìn nàng khá lâu, tay nắm chặt cán cuốc. Nàng chịu đựng ánh mắt ấy và cảm thấy bạo dạn hơn bao giờ hết. Hắn nói một cách chậm rãi:

- Tôi là một con quỷ! Một con quỷ nô lệ thưa bà!

- Không! Anh nói dối! Tôi không tin. Đó chỉ là những lời đồn đại cố ý!

- Đó chính là sự thực!

- Nhưng dù anh là gì đi nữa tôi vẫn mến anh. Lão ta chỉ chiếm được thể xác này. Những gì còn lại là của anh!

- Không! Hắn bổ mạnh lưỡi cuốc xuống mảnh đất vườn khô cằn mùa hạn – Tôi không mơ đến điều đó. Một con quỷ tầm thường, không phải là quỷ vương, quỷ quan mà là một con quỷ nô lệ thì không có quyền sở hữu bất cứ điều gì!

Hắn lại lặng lẽ bỏ đi và nàng bất lực nghe nỗi khát khao càng lúc càng cồn cào lên cùng với dòng nước mắt thương thân, thương hắn tuôn ra lã chã.

Sau lần nói chuyện ấy nàng không còn tìm cách tiếp xúc với hắn nữa. Tháng bảy đến. Đó là tháng duy nhất trong năm thầy Tám không đi chữa bệnh vì bận phải ở nhà cúng lớn. Thầy sẽ cúng ba đêm liền, bắt đầu từ ngày rằm, như một kiểu "khao quân", mà "quân" ở đây chính là âm binh dưới tay thầy!

Buổi trưa trước khi vào cúng một ngày, thầy sửa soạn tắm gội thật sạch sẽ ở cái ao dành riêng cho mình. Nửa giờ sau thì biến cố xảy ra. Đang ở trong bếp cùng mấy người đàn bà hàng xóm vừa mượn sang làm giúp thì nàng nghe tiếng gọi vang:

- Bà chủ! Bà chủ!

Nàng kinh ngạc chạy ra. Hắn – người thanh niên – đầy tớ quý đang đứng ở sân trước, ướt từ đầu đến chân và mặt lạnh băng.

- Tôi đã giết chồng bà! Xác dưới ao. Bà vớt lên mà chôn!

- ...

- Tôi đã trả nợ xong, giờ tôi đi đây!

Hắn nói từng tiếng một, rành rẽ như đã suy tính trước. Nàng chết lặng, gần như không hiểu hắn nói gì. Khi hắn quay lưng, chạy vụt ra cổng, như có sức mạnh nào đó thôi thúc, nàng lao vụt theo, gào lên:

- Đừng bỏ tôi! Trời ơi! Đừng bỏ tôi!

Hàng xóm xúm lại. Họ vớt thầy Tám lên thì ông đã tắt thở. Khắp người trầy sướt, bầm dập chứng tỏ ông ta đã chống cự mãnh liệt trước khi chết.

Trên bờ ao còn nguyên vẹn bộ quần áo và những lá bùa hộ mệnh mà ông đã cởi ra trước khi tắm. Nhìn máu rỉ ra ở các lỗ khắp châu thân, nhưng ta bàn tán:

- Sinh nghề tử nghiệp mà. Trước sau gì ông ta cũng bị con quỷ ấy giết!

- Cũng tại thầy Tám sơ suất. Hắn đã rình đúng ngay cơ hội khi ông ấy cởi hết bùa ra mới hành động!

Chẳng ai dám nghĩ đến chuyện truy lùng con quỷ ấy ngay cả chính quyền sở tại dù nó chưa chắc đã ra khỏi làng. Người ta chỉ còn có mỗi việc xúm đen xúm đỏ lại coi và bàn tán xôn xao khắp vùng suốt cả thời gian dài, ngay cả khi đã xong đám tang.

Căn nhà có quỷ ấy đóng cửa suốt từ đó. Bà giúp việc không dám ở nữa mà xin về, thậm chí người ta không còn dám đi trên những con đường gần đó. Mấy tháng sau, trong một dịp tình cờ, dân làng phát hiện ra căn nhà đã thành vô chủ. Không ai biết người thiếu phụ ấy đã đi đâu và từ lúc nào?

oOo

Hồi nhỏ tôi là đứa trẻ khóc đêm nhưng càng lớn tôi càng trở nên mơ mộng. Căn bệnh sau này thì vô phương cứu chữa nên chưa đến tuổi hai mươi tôi đã rời xa gia đình sống lang bạc khắp nơi. Thỉnh thoảng tôi có về nơi ba tôi đang sống và bắt gặp ông thường ngồi hoài nhớ về cố hương trong những buổi chiều vùng trung du miền Đông vàng óng nắng. Mỗi lần như vậy tôi lại nhớ và thắc mắc về câu chuyện người thiếu phụ xinh đẹp và bất hạnh ngày trước. Ba tôi thường bảo:

- Dù sao ta cũng phải về quê hương một chuyến. Ba mươi năm qua rồi!

Tôi hiểu nỗi nhớ trong lòng ông. Hiểu cả chữ "ta" như hàm ý bao gồm cả tôi trong ấy. Đó chính là tiếng gọi thôi thúc trong mỗi tâm hồn ly hương. Nhưng cũng thật bất ngờ, sau hơn ba tháng bặt tin nhà, tôi vừa mới nhận được thư ba tôi, ông viết:

"Ba đã về thăm quê. Ba có ghé chợ ăn cao lầu và gặp một chuyện rất thú vị. Con còn nhớ là bùa con đeo thời thơ ấu chứ? Đã ba mươi năm, ba thực không ngờ bà ấy vẫn còn sống và nhận ra ba. Nhưng đặc biệt người chồng bây giờ của bà ta... mà chuyện dài lắm. Nếu rảnh con thu xếp về với ba một thời gian..."

Tôi luôn có một túi xách nhỏ trong ấy bao giờ cũng có hai bộ đồ, một cái khăn và dụng cụ vệ sinh cá nhân. Ngay ngày mai tôi sẽ lên đường và rất có thể sau đó sẽ theo gương ba tôi về cố hương một chuyến.

ĐỘC HUYỀN

Làm thân con gái đừng nghe đàn bầu
(Ca dao)

Ven bờ một dòng sông lớn thuộc ngoại ô thành phố nọ, có một xã cù lao. Dân ở đây phần lớn sống bằng nghề chài lưới, giăng câu và một số canh tác trên những khoảng đất hẹp. Về phía cuối cù lao dân cư thưa thớt, chỉ có dăm bảy nóc nhà nhưng trong ấy có một gia đình khá nổi tiếng. Họ không nổi tiếng về sự giàu có, dân cù lao chẳng mấy ai giàu, mà nổi tiếng vì chủ gia đình vốn là một danh cầm từng theo đàn cho những gánh hát lớn. Nhưng không biết vì sao người nghệ sĩ ấy bỏ gánh hát, ôm cây đàn độc huyền trở về quê. Người thì đồn anh ta thất tình một cô đào thương vốn là nhân tình của bầu gánh, kẻ lại bảo chỉ đơn giản vì chán làm cánh chim lang bạt nên anh ta ôm đàn về quê cưới vợ. Không biết ai đúng, chỉ thấy anh ta cưới vợ và sinh được một đứa con trai. Đêm đêm, khi xóm cù lao ngủ sớm, những người làm nghề câu thường nghe vẳng tiếng độc huyền ai oán, nhức nhối mà đầy ma lực từ phía căn nhà ấy vọng ra lan khắp trên mặt sông như một lời nỉ non tiếc nuối về một thuở xa xôi...

Năm tháng dần trôi qua, đứa bé lớn lên như mọi đứa trẻ bình thường khác nhưng lại được người cha mang dòng máu nghệ sỹ dạy đàn rất sớm. Nhưng rồi đứa bé sớm mồ côi mẹ, còn cha thì lâm vào cảnh nghiện ngập và cũng mất đi khi nó tròn mười sáu tuổi. Không nghề nghiệp, gia sản chỉ là một mảnh vườn nhỏ và cây đàn một dây, cậu bé đành về sống nương nhờ bên ngoại. Nhưng ông bà ngoại thì quá già còn cậu mợ thì hất hủi nên chỉ được vài năm cậu bé, giờ đã ra dáng thanh niên, đành trở về căn nhà xiêu vẹo của mình, xin học nghề câu ở một ông lão tốt bụng và đêm đêm lại đem đàn ra gảy những khúc bi ai.

Xóm làng đông đúc lên dần, chàng trai cũng trưởng thành nhanh chóng. Rồi cái nòi tình lại xui chàng đem lòng yêu một cô gái duyên dáng, xinh đẹp nhất vùng mà ngày ngày vẫn đi ngang nhà chàng để ra bến đò qua chợ. Đáng buồn thay nàng là con nhà khá giả nhất cù lao trong khi chàng chỉ có túp lều rách với một cây độc huyền. Mà người ta ai còn cần đến cây đàn cổ xưa này nữa? Đám thanh niên trạc tuổi chàng chỉ biết chơi ghi ta và chê tiếng đàn một dây ai oán, không thích hợp với những giai điệu mới. Thậm chí có một vài người có uy thế trong vùng còn hăm dọa sẽ đem ném cây đàn xuống sông vì họ cho rằng tiếng đàn ấy cũng như tiếng tiêu, tiếng sáo sẽ đem lại điều xui xẻo cho cả địa phương!?

Trái tim chàng trai sớm mang dòng máu tài hoa như bị bóp nát mỗi khi chàng nhớ về người mà chàng yêu thầm nhớ vụng. Cô gái vẫn vô tình, thậm chí có hôm cô đi cùng với mấy chàng trai hoạt bát, hào phóng và họ thản nhiên đùa giỡn khi đi ngang qua căn nhà lá bé nhỏ đang chứa đựng một tâm hồn run rẩy vì tuyệt vọng.

Nhưng dù ôm mối tuyệt tình chàng cũng phải ra đi hàng đêm cùng đi với những chiếc cần câu. Chàng chỉ có một công việc ấy để kiếm sống. Và khuya về, những khuya mùa khô gió bấc non se sẻ thổi, không thể nào ngủ được chàng lại đem đàn ra gảy. Tiếng đàn lại càng tha thiết, bi thương hơn bao giờ hết.

Dưới ánh trăng, những tán lá trong vườn cũng run lên bần bật vì những sợi tơ âm thanh như đang cuốn lấy chúng mà dày vò. Những người đi giăng lưới khuya chép miệng: "Thằng nhỏ giống ông già nó. Rồi cũng khổ một đời!".

Nhưng họ đã lầm. Chính tiếng đàn ấy đã đem đến cho chàng trai những đêm tuyệt diệu trong cơn hoan lạc ái tình. Một đêm kia, khi vầng trăng non sắp lặn, chàng đang chìm đắm trong một khúc nhạc do chính cha chàng sáng tác và truyền lại thì bỗng sững sờ, bàn tay trên cần phím quắp lại cứng đờ và miệng lắp bắp mãi không nói được một câu. Đứng kề bên chàng, không biết tự bao giờ là người mà chàng hằng mơ tưởng, hằng khát khao.

- Sao anh không đàn nữa?

- Tôi... tôi...

- Em hiểu những gì mà anh gởi gắm qua tiếng độc huyền này. Em đến với anh đây!

Cô gái bạo dạn lạ lùng. Thế nhưng chàng trai bất ngờ đến suýt vỡ tim thì không còn chỗ cho lý trí làm việc. Lúc ấy chàng chỉ thiếu điều quì xuống ôm lấy chân nàng mà thôi.

- Đàn nữa đi anh! Em thích nghe lắm! Cô gái nhắc, giọng nói thánh thót như một chuỗi nốt nhạc.

Nhưng với bàn tay run rẩy chàng không còn làm chủ được cả âm thanh lẫn giai điệu nữa. Cô gái cười khúc khích:

- Chắc tại em đến làm anh không đàn được. Thôi em về đây! Cô dợm bước nhưng chàng trai đã nhanh hơn. Họ ngã vào nhau và mê đắm ngay từ phút đầu. Trăng lặn, cây đàn không lên tiếng nữa...

Trời sắp sáng, cô gái vuốt lại tóc, sửa lại quần áo rồi bảo:

- Em dặn anh điều này và anh phải nhớ cho thật kĩ. Cha em không thích anh nên nếu mà ban ngày có gặp nhau ta cũng nên xử sự như hai người xa lạ. Anh nhớ nghen. Rồi em sẽ đến từng đêm!

Chàng đồng ý ngay. Tất cả mọi chuyện quá đột ngột và còn hơn cả trong mơ. Khi nàng đã nhanh nhẹn và uyển chuyển khuất sau con đường nhỏ đã bắt đầu mờ mờ sáng chàng nâng cây đàn lên môi và hôn thắm thiết. Nhờ nó mà chàng đã chinh phục được người mình say mê. Giờ đây chính cây đàn cũng nhuốm một mùi hương ngây ngất.

Cứ vậy, sau khi chàng đi câu về, ngồi đánh một hai bản nhạc là nàng đến. Họ lại đắm đuối như mọi cặp tình nhân mới bắt đầu hưởng vị trái cấm. Nhiều lúc chàng mê man không còn nhớ về bất cứ chuyện gì. Đang sức trai mới lớn nhưng chàng cũng gầy đi vì những đêm hoan lạc còn những người giăng lưới khuya thì kháo nhau: "Quái! Độ rày tiếng đàn thằng nhỏ nghe lạ lùng quá. Hình như là âm u hơn. May mà nó đã đàn ít đi!".

Gần một năm trôi qua. Mọi chuyện vẫn bình thường đến nỗi không một ai để ý hoặc tò mò gì. Vào buổi sáng, cô gái duyên dáng nhất vùng ấy vẫn đi ngang qua nhà chàng để đến bến đò qua chợ. Đôi khi chạm mặt nhau họ làm ngơ như đã giao ước từ ngày đầu.

Nhưng một đêm nàng bảo:

- Vài hôm nữa sẽ có người đến cưới em nhưng mong anh đừng buồn. Em đã lo liệu hết rồi!

Cả cù lao như sụp xuống đáy sông sâu sau câu nói ấy. Chàng nắm lấy vai nàng lắc mạnh:

- Cưới em? Tại sao em lại bỏ anh?

- Anh! Nàng đáp buồn – Ba em đã hứa gả và bắt buộc phải nghe lời. Nhưng từng đêm em vẫn đến mà. Anh đừng lo!

- Làm sao mà em đến được nếu như em lấy chồng? Chồng em rồi sẽ biết và anh sẽ mất em!

- Em đã lo xong hết rồi! Sẽ không ai biết!

Nàng đáp với một nụ cười bí ẩn và quyến rũ nhất. Và chàng lại mê man chìm vào đôi gò ngực rắn chắc mà bồng bềnh như sóng cù lao.

Mấy hôm sau thì đám cưới thật. Đó là cái đám cưới lớn nhất cù lao từ trước đến nay. Nhà trai ở bên kia sông tức là bên thành phố. Cô dâu cười rồi lại khóc nức nở khi con đò rước dâu rời khỏi bến nhưng mọi người chứng kiến đều thấy rõ đó là những dòng lệ chứa chan hạnh phúc!

Thế nhưng kỳ lạ làm sao, đêm ấy, nghĩa là ngay trong đêm động phòng hoa chúc, khi mà chàng trai ôm đàn gảy những khúc tuyệt vọng thì lá cây lay động ở đầu ngõ rồi nàng hiện ra. Vẫn nóng bỏng, vẫn mềm mại, vẫn ngát thơm...

Họ lại đắm chìm trong cơn hoan lạc. Và gần sáng, nàng lại vuốt lại mái tóc, sửa quần áo ra về. Và cứ như thế từng đêm...

Bây giờ chàng không đủ sức để đi câu đêm nữa. Chàng chỉ có thể quanh quẩn nơi bến sông trước nhà dùng chài và lưới mành bắt những con cá nhép sống đắp đổi và đợi chờ đêm đến. Chỉ có màn đêm mới đem lại hạnh phúc cho chàng dù càng ngày chàng càng cảm nhận được rằng đó là một hạnh phúc đầy ắp phù du.

Thành phố bên kia ngày một đông đúc, chật chội. Rồi chính quyền thành phố công bố một bản qui hoạch mới theo đó xã cù lao sẽ thành một khu dân cư cao cấp dành cho người giàu đến an dưỡng và những nhà cao tầng sẽ xây lên cho người nước ngoài thuê. Người ta làm móng để đúc một chiếc cầu lớn qua sông, nối cù lao và nội thành.

Đất trở nên đắt như vàng. Mọi dân cư ở đây đều xôn xao bởi bỗng chốc họ trở thành giàu có tột cùng. Người ta bỏ làm vườn, bỏ nghề câu để bàn về việc bán đất và xây nhà, sắm xe. Chỉ có chàng trai hạnh phúc và bất hạnh kia thì vẫn thờ ơ với mọi biến cố. Thế nhưng một đêm kia nàng đến với khuôn mặt u buồn nhất và bảo:

- Em đến để vĩnh biệt anh!

- Vĩnh biệt? Chàng bàng hoàng.

- Phải. Chúng ta không thể gần nhau được nữa. Em phải đi xa vì bị trục xuất!

- Ai trục xuất em? Em không thể đi! Không thể bỏ anh. Anh sẽ chết vì thiếu em!

Nàng lại hôn và lại vuốt ve chàng bằng đôi môi nóng bỏng và thành thạo. Thời gian đi rất nhanh. Mới đó mà đã qua đêm...

- Nghe em dặn đây – Khi từ giã nàng nói: - Và anh đừng bao giờ cãi lời em nếu không thì sẽ là tai họa. Từ đây, nếu có bao giờ gặp lại em thì anh hãy nhớ, bất kỳ trong hoàn cảnh nào, trong thời gian nào đôi ta vẫn là người xa lạ!

Chàng gật đầu. Mấy năm sau chàng đã quen không cãi nàng dù chỉ nửa lời. Nhưng nước mắt chàng rơi lã chã. Họ chia tay nhau như vậy.

Sáng hôm sau chàng nhìn thấy từng đoàn nhân công xây dựng kéo qua nhà mình. Cây cầu lớn đã hoàn thành. Giờ họ đến đây san nền chuẩn bị xây một tòa nhà lớn trên mảnh đất cách nhà chàng vài trăm mét. Cả ngày hôm ấy họ đào làm móng nhà và phát hiện ra vô số xương người bên dưới. Thì ra đó là một nghĩa địa cũ chắc đã bị bỏ quên từ bao nhiêu năm. Những xương đào lên ấy được bỏ chung vào một cái quách lớn và đem đốt đi theo lệnh những chủ thầu xây dựng.

Đêm ấy tiếng đàn như một lời rên. Những công nhân nằm cạnh ngôi nhà ấy rùng mình ngỡ như có tiếng thở than của những linh hồn trong khu nghĩa trang vừa phát lộ đang hiện về ám ảnh. Nhưng nửa đêm tiếng dây đàn đứt "phựt" rồi im bặt!

Đất cù lao, giờ nhộn nhịp như nội thành và vẫn tiếp tục lên giá đến khó tin. Cái nền nhà và mảnh vườn nhỏ của chàng nếu bán cũng có thể nuôi chàng cả đời. Nhưng chàng không bán, đêm đêm vẫn ngồi chơi đàn trong nỗi chờ đợi tuyệt vọng và tiếng đàn càng ngày càng làm người ta nổi da gà vì mức độ truyền cảm đầy u uất.

Một hôm có một thương gia trẻ đến tìm chàng và trả giá một trăm lượng vàng cho tất cả số đất mà chàng sở hữu. Còn đang kỳ kèo thì vợ người thương gia ấy bước vào. Chàng trai ngây ra và bừng tỉnh. Chàng xông lại ôm cứng lấy người thiếu phụ trong tiếng kêu mê sảng. Đó chính là nàng. Người tình mê đắm vẫn đến hàng đêm. Hai vợ chồng người thương gia trẻ vừa hốt hoảng vừa giận dữ. Cô vợ kêu thét lên và anh chồng xông vào. Khi mọi người xúm lại thì chàng câu cá – chơi đàn đã ngất xỉu vì bị đánh mạnh vào đầu.

- Hắn khùng rồi! Thôi anh chị chấp trách làm gì!

- Chính cây đàn độc huyền này đã hại hắn! Cây đàn có ma. Phải ném bỏ nó đi!

Họ đem cây đàn vứt xuống sông. Chàng trai vẫn bần bặt. Trong cơn mê, chàng thấy nàng hiện ra, vẻ mặt thương cảm:

- Em đã dặn anh rồi! Cô ấy không phải là em. Em chỉ là một linh hồn sống trong nghĩa trang kế bên. Vì yêu tiếng đàn và hiểu anh đang ôm mối tuyệt tình nên mới hiện lên giao duyên bằng hình ảnh ấy. Giờ thì họ đã phá vỡ, đốt bỏ nơi trú ngụ của em rồi và em phải ra đi. Hãy quên em!

Nàng xa dần rồi tan ra như một làn sương.

Người ta cạo gió, giật tóc mai, đổ gừng nóng vào miệng và chàng dần hồi tỉnh. Sau đó vài hôm chàng kêu bán mảnh đất của mình và bỏ đi biệt tăm. Cù lao nhanh chóng thành một nơi sầm uất với phố xá và xe cộ ken đầy. Vợ chồng người thương gia trẻ dọn về đó ở. Họ xây lên một căn nhà đẹp và mở một tiệm cà phê sang trọng. Ở đó họ đặt một dàn máy hát karaokê hiện đại. Và giờ đây hàng ngày có rất nhiều thanh niên nam nữ dắt tay nhau vào vừa hát vừa gào:

"Không, tôi không còn, tôi không còn yêu anh nữa! Không..."

Mấy ai còn nhớ tiếng độc huyền xưa?

GÀ NHẬP

Từ nhỏ hắn đã thích đánh nhau. Trong tất cả các trò chơi, đối với hắn đánh nhau là thú vui lớn nhất. Trong xóm hắn luôn là đứa đầu têu những trò nghịch ngợm mà phần lớn là những cuộc đánh nhau giữa trẻ xóm này với trẻ xóm nọ.

Lớn lên hắn tiếp tục chơi những trò đấm đá và còn mê thêm chuyện bài bạc đỏ đen. Và rồi hắn chọn nghề chơi gà chọi vì đây là một trò chơi có thể thỏa mãn cả hai điều kiện: đánh nhau (giữa gà) và bài bạc.

Và trong khi những bạn cùng trang lứa tiến triển theo qui luật bình thường của một con người, nghĩa là lớn lên, dậy thì, tán tỉnh nhau, hò hẹn, yêu đương rồi kiếm vợ kiếm chồng thì hắn chỉ dành hết thời gian cho những con gà trống sau khi bỏ học giữa chừng ở những năm cấp ba.

Hắn là con trai độc nhất trong một gia đình tuy không giàu nhưng cũng có phần khá giả. Cha mẹ hắn sau một thời gian tìm cách khuyên can nhưng cách nào cũng không hiệu quả nên buồn rầu và cuối cùng bỏ mặc hắn muốn làm sao thì làm, được thể hắn càng ngày càng mê gà độ.

Hắn nuôi gà, o bế còn hơn cha mẹ hắn nuôi hắn hồi còn bé, hơn cả người ta nuôi con cầu tự để mục đích cuối cùng là ôm những con gà đã được chăm sóc kỹ lưỡng đến từng cái vảy trên đôi chân ấy đến trường gà. Thế nhưng dù đam mê nhưng do thiếu kinh nghiệm và một phần không may hắn luôn thắng ít thua nhiều. Hết gà ô qua gà xám, gà tía; từ độ này đến độ kia, tiền bạc hắn bòn rút từ tài sản cha mẹ dần dần ra đi và đến một ngày kia, gia đình hắn rơi vào cảnh nghèo túng thật sự.

Thế nhưng niềm đam mê vẫn cứ ngùn ngụt trong lòng, hắn cố lùng mua cho được một con "tử mị", một loại gà khi ngủ nằm xòe cánh và ép bụng sát đất như đã chết mà giới đá gà thường săn tìm vì cho rằng giống gà này đá rất dữ. Có được con gà hay, hắn càng điên đảo nên lén đem giấy tờ nhà đất của gia đình đem cầm cố để dốc tiền vào canh bạc cuối!

Lần ấy con gà của đối thủ là gà dân dưới tỉnh lên, cũng thuộc loại danh gà. Gà hắn, dù là "tứ mị" vẫn bị đá tơi bời. Hắn như mê đi. Mọi nhà cửa, xe cộ... đang sắp sửa vuột khỏi bàn tay hắn bằng những cú đá trời giáng của con gà đối phương. Trong lúc tâm thần hốt hoảng, hắn vẫn chăm chăm nhìn những ngón đòn của đôi gà và bỗng một ý nghĩ bùng lên trong đầu hắn: Phải chi mình là con gà của mình thì nhất định sẽ đá con kia biết tay!

Thật kỳ lạ. Chớp một cái, hắn đã thấy **mình là con gà của mình** thiệt. Chưa kịp định thần thì rầm rầm, liên tiếp mấy cú đá của đối phương và đầu làm hắn đau đến hộc máu mồm và người gần như quỵ hẳn. Trong lúc ấy, ý nghĩ bỏ chạy đã thoáng qua trong đầu hắn. Nhưng ngay lập tức hắn hiểu mình là một con **gà-người**, Nghĩa là một con gà có linh hồn, có suy nghĩ của một con người. Mà một con gà người, hắn sẽ khôn hơn con gà chính gốc gà kia gấp bội.

Ngay lập tức hắn nằm bẹp xuống đất, đầu chui sâu vào cánh để nghỉ lấy sức. Là một con người đang cáp độ, tất nhiên hắn rành luật chơi hơn con gà đối thủ. Và nằm ngay tại chỗ, không rời khỏi vòng nghĩa là chưa thua. Con gà kia thấy đối phương nằm bẹp dí thì đi loanh quanh, nghểnh cổ gáy lên mấy tiếng thị oai, ra vẻ ta đây đã thắng trận, rồi không biết làm gì lại cứ đi loanh quanh, bươi bươi, mổ mổ và nhìn đối thủ đang nằm một cách mất cảnh giác. Trong lúc ấy hắn, hay đúng hơn là con gà mang linh hồn của hắn đang nằm nghỉ và tính kế.

Sức khỏe hắn mau chóng hồi phục và giờ thì hắn biết rõ hơn ai hết mình sẽ thắng đối phương. Đợi con gà kia đi vừa qua mặt mình, hắn nhanh chóng choàng dậy và mổ ngay vào phao câu rồi tung ra một cú đá trời giáng móc ngược từ bụng dưới lên. Bị đánh bất ngờ, con gà kia lãnh trọn miếng đòn hiểm ác. Nhưng đó là một con gà lì lợm, ngay lập tức nó quay lại trả đòn. Biết sức mình không mạnh, hắn lập tức bỏ chạy vòng quanh sân. Chạy nhưng không ra khỏi vòng thì vẫn chưa thua. Và rồi hắn lại tiếp tục nằm xuống mặc tiếng reo hò cổ vũ, tiếng bắt và chấp bạc, tiếng chửi thề của đôi bên...

Khi đối phương sơ hở như cũ, hắn lại giở miếng đòn hiểm. Nghĩa là mổ thật mạnh vào phao câu và đá móc từ bụng dưới lên. Mà những cú mổ của con gà – người thì thật mạnh và chính xác. Con gà kia chắc là đau lắm nên đến cú thứ ba nó đã kêu "oác" lên và bắt đầu gồm. Đến cú mổ thứ năm thì nó không còn phản đòn nữa và chỉ cần vài cú đá mạnh là con gà kia bỏ chạy.

Thắng rồi! Hắn thở phào và cũng ngay lúc ấy chợt như tỉnh lại dưới lốt con người. Hình như có ai đó tạt nước vào mặt hắn, ai đó giựt tóc mai, xoa dầu cù là. Hắn mở mắt, thấy mình đang nằm trên một chiếc giường tồi tàn của cái quán lá ngay trong trường gà. Hắn bật ngay dậy và cùng lúc ấy, những người trong phe đang hỉ hả vui mừng xúm lại ôm lấy hắn.

- Bọn mình thắng đậm. Ông "rét" quá hay sao mà xỉu luôn một hơi. Tụi này hết hồn nhưng lúc đó độ gà đang căng. Rất may là vừa thắng, chạy vô giựt tóc mai là ông tỉnh liền. Đây, tiền của ông. Chuyến này vô bộn!

Như trong mơ, hắn hỏi:

- Gà mình sắp thua thì nó nằm xuống?

- Ừ, đúng rồi. Lúc đó ông bắt đầu xỉu!

- Rồi một lát sau nó bất ngờ mổ vào phao câu và đá mạnh vào bụng con gà kia...

- Ủa lúc đó tụi này đã khiêng ông vô quán, sao ông biết?

- À, thì... thì gà tui tui phải rành chớ! Hắn lấp liếm như vậy vì chẳng biết trả lời thế nào cho ổn.

- Quả là thầy! Tụi này phục ông sát đất. Phải công nhận con tử mị này đá như bị ma nhập. Tưởng thua ai ngờ lại lật ngược thế cờ. Nhờ vậy mới vô đậm!

Vậy là từ ngày đó, con gà tử mị của hắn lừng danh trong các trường gà. Tất nhiên, có những "độ" hắn chẳng cần phải nhập vào con gà mình để dùng cái đầu óc xảo quyệt của một con người mà giành chiến thắng bởi tự thân con gà của hắn đủ sức thắng đối phương. Nhưng gặp một con gà hay thì hắn dứt khoát không để thua.

Chuyện ấy lặp đi lặp lại nhiều lần đến nỗi giữa hắn và con gà của hắn gần như thiết lập được một giao cảm kỳ lạ. Hễ con gà đối phương có vẻ thắng thế là con tử mị nhanh chóng nằm ì ra sân và chờ chủ nhập và mình để mượn đầu óc của con người mà tìm chiến thắng.

Cả chuyện hắn mê man khi độ gà đến hồi quyết định cũng không làm ai ngạc nhiên hay sợ hãi nữa; thậm chí bạn bè cùng phe cánh còn cầu mong như vậy bởi họ đã thấy rõ là ngay từ lần hắn xỉu đầu tiên đến tất cả những lần sau đó, con tử mị của hắn đều chuyển bại thành thắng. Gà của hắn nhanh chóng nổi tiếng "thần kê" và hắn cũng nhanh chóng giàu lên nhờ vào tiền thắng độ.

Một lần, hắn và đồng bọn cáp được một độ rất lớn và điều đáng ngạc nhiên là phía đối phương cũng tin tưởng gần như tuyệt đối vào con gà của mình nên sẵn sàng bắt với bất cứ giá độ thế nào.

Đó là một con gà ô trông khá bình thường nhưng cũng nổi tiếng thần kê và bị xem là "chạy mặt" khắp miền Tây vì đã ăn cả hàng trăm độ gà lớn nhỏ. Và vì cả hai bên đều chắc ăn nên tiền độ cao đến chưa bao giờ có một kèo nào lớn như vậy. Gần như tất cả những người tham gia của hai bên đều dốc sạch tài sản của mình vào độ gà sinh tử đó.

Hai con gà được thả vào sân và vây quanh là một vòng tròn người. Điều chưa từng thấy trong một độ gà đó là không khí im lặng nghẹt thở đến nỗi người ta nghe rõ cả tiếng chân hai con gà cào trên mặt sân.

Con tử mị và con ô thần kê chào nhau bằng một cú đá vỗ mặt và sau đó mau chóng ra những đòn hiểm. Biết ngay là một con gà hay và cũng muốn kết thúc nhanh chóng độ gà lớn này nên không đợi con tử mị "nằm đợi", hắn nhanh chóng nhập vào gà và ngay lập tức tìm những chỗ hiểm con gà kia để ra đòn. Nhưng mới đá trúng đối phương vài cựa, hắn tức khắc thấy con gà kia phản đòn cũng bằng những mánh khóe mà một con gà không thể nghĩ ra. Và cùng lúc ấy, tai hắn như ù đi vì một tiếng chửi: "Đồ khốn nạn! Thì ra mày cũng như tao!".

Hắn kinh hoàng khi nghe tiếng nói của một con người. Ngay lúc ấy hắn chợt hiểu con gà kia cũng được một con người như hắn nhập vào, một loại người mê sảng vì những trò bài bạc và đánh giết.

Thế nhưng cũng ngay lúc đó hắn nghĩ đến số tiền độ lớn bằng cả số tài sản mà hắn đang sở hữu. Hắn hét ngay vào mặt đối phương:

- Tao có là người nhập vào gà như mày thì cũng mặc kệ tao. Tiến lên đi, hoặc là tao, hoặc là mày sẽ phải mất tất cả.

Và ngay sau câu nói đó, hắn tỏ rõ quyết tâm của mình bằng một cú mổ cực mạnh và tiếp theo là một cú song phi vỗ mặt đối phương.

Con gà – người kia cũng không phải tay vừa. Nó nghiêng đầu né đòn và đáp trả bằng một cú móc cựa sượt qua sườn đối thủ.

Vậy là hai con gà – người, dù đã nhận ra nhau vẫn cứ lăn xả vào nhau mà đá, mà mổ với những đòn hiểm độc mà chỉ có con người mới nghĩ ra, còn những kẻ đang theo dõi trận đấu thì xuýt xoa trước hai con "thần kê" ngang tài ngang sức.

Kinh nghiệm bản thân ngay từ thời thơ ấu đã giúp hắn dần chiếm thế thượng phong. Và chính con gà của hắn, với thể lực trội hơn đối phương một chút đã giúp hắn. Con gà – người kia bắt đầu thấm đòn và hạ giọng:

- Chúng ta kéo dài thời gian và hòa nhau thôi!

Luật của trường gà là khi hai con gà đá nhau bất phân thắng bại cho đến khi trời tối không còn nhìn rõ nhau để đá nữa thì huề. Thế nhưng hắn dại gì đồng ý vì biết mình đang thắng thế. Hắn gầm lên:

- Không bao giờ! Mày sẽ chết và tiền bạc của mày cũng mất sạch!

Vậy là hai con gà lại lao vào nhau nhưng đối thủ của hắn đã mất sức nhanh chóng và gần như không thể ra đòn. Không khí im lặng căng thẳng lúc đầu đã nhường chỗ cho tiếng reo hò phấn khích và càng kích thích hắn dữ dội.

Hắn bắt đầu ra những đòn sát thủ quyết định. Những đòn đá thẳng vào yết hầu của đối phương. Con gà kia vẫn không bỏ chạy dù đã loạng choạng bởi cũng như hắn, đó là một con người hoang tưởng dám đem cả tài sản và tính mạng của mình vào cuộc đỏ đen. Nhưng đến cú trúng đòn thứ năm thì hắn nghe một tiếng la: "Mày giết tao rồi!". Cùng lúc ấy những người đứng thành vòng tròn nghe con gà kia "oác" lên một tiếng, bay ra khỏi sân rồi đổ gục xuống, miệng trào máu.

Khi hắn tỉnh lại, cũng như những lần trước, những người cùng một dây độ hồ hởi kể cho hắn nghe diễn biến cuộc đá mà chính hắn mới là kẻ tường tận hơn ai hết. Sau khi đưa cho hắn một số tiền mặt và vàng khá lớn, họ còn nói thêm:

- Chỉ tội nghiệp cho lão chủ con gà ô cũng sợ thua đến ngất xỉu như ông nhưng vì con gà kia thua, chết gãy cổ nên lão ta cũng đi luôn, không cứu được!

Hắn lạnh người, chồm dậy hỏi:

- Có người chết à? Không cứu được thật sao?

- Không, họ đã đưa xác lão ta về rồi!

Ngay lúc ấy tiếng thét thảm thương của một con người khi bị dồn vào chỗ chết "mày giết tao rồi!" vang lên trong tai hắn, hắn thều thào: "Tôi đã giết người, tôi đã giết người!", rồi lại ngã xuống, mê man.

Những bạn bè cùng hội vội vàng đưa hắn vào bệnh viện còn tiền, vàng và con tử mị thì chuyển về cho cha mẹ hắn. Nhưng khi hai ông bà lão lọ mọ vào thăm con thì hắn đã trốn viện ra ngoài. Họ tức tốc về nhà nhưng vẫn không thấy hắn về. Họ vội vã nhờ người bửa đi tìm thì gặp được hắn đi giữa ban ngày như một người mộng du tại một phố chợ đầy bụi đỏ.

Hắn đã không còn là hắn nữa. Cả một đám trẻ nhỏ đi sau lưng và đang chế nhạo hắn bởi hắn đang hành động một cách kỳ quái. "Người gà! Người gà!, đám trẻ vừa la vừa cười như vậy bởi thỉnh thoảng hắn lại dùng tay vỗ vào hông, vào đùi mình như gà trống vỗ cánh rồi gân cổ gáy to lên và thỉnh thoảmg nhảy cà tưng, lại dùng chân búng ra những cú đá như gà đang đá độ!

Họ đưa hắn về nhà nhưng vài hôm sau hắn lại trốn đi. Hắn đã trở thành một người điên, một người bị "gà nhập"!

HOA LẠ

Phan ngoài ba mươi tuổi vẫn còn độc thân và sống rày đây mai đó nhưng rất ít khi về quê nhà. Chàng có nhiều tài vặt, có thể làm thơ, viết một vài truyện ngắn gởi đăng báo kiếm chút tiền. Là một người trung thực, trọng chữ tín nhưng chàng cũng rất đa tình. Năm Phan ba mươi tuổi tự dưng suốt từ đầu năm cứ gặp hết chuyện xui này đến chuyện xui khác.

Một ngày gần cuối năm, vừa khỏi một cơn bệnh kéo dài chàng bỗng thấy nhớ cha mẹ liền lên đường về thăm nhà ở một vùng trung du nơi cha chàng đến định cư mười năm về trước. Ông tuy đã gần bảy mươi nhưng còn khỏe mạnh và ham thú làm vườn, nên khi về vùng đất mới, khi người còn thưa, đất rộng, ông đã khai phá và sở hữu cả một sườn đồi lớn trồng toàn đào lộn hột – còn gọi là cây điều.

Sống lang chạ mãi ở tỉnh thành, Phan bỗng mê mẩn với khung cảnh thiên nhiên thuần khiết ở vùng bán sơn dã và mê nhất là không khí tĩnh lặng, thơ mộng của vườn điều nhà mình, nên chàng liền xin phép cha được coi sóc vườn thay ông trong một khoảng thời gian ngắn. Được gia đình đồng ý, Phan thu xếp vào ở hẳn trong rẫy, nơi chỉ cách phố huyện vài cây số đường đồi, với ý nghĩ sẽ ở lại đây cho qua năm "vận hạn" của mình.

Không phải mùa thu hoạch nên nhiệm vụ của Phan chỉ là coi chừng đừng cho bọn trẻ chăn bò đốn cây hoặc đốt lửa làm cháy rẫy. Khoảng thời gian sáng sớm và chiều tối chàng thường đi thăm thú những vùng lân cận. Chàng đã từng theo đường mòn tìm đến một "buôn" của người dân tộc xa hàng mười cây số, từng vào thăm một vài làng nhỏ của công nhân cao su trong những cánh rừng cao su bạt ngàn, nhưng chàng lại thích thú nhất khi một hôm phát hiện ra một cái hồ khá rộng nằm giữa ba quả đồi lớn.

Mặt hồ trong veo, đứng trên đỉnh đồi Phan đã cảm thấy hơi nước mát lạnh tỏa ra khắp xung quanh. Giữa hồ là một nhà thủy tạ nhỏ làm khung cảnh càng thêm thơ mộng. Lúc ấy đã chiều nhưng chàng vẫn tuột theo con dốc dẫn xuống bờ hồ. Chàng ngạc nhiên khi thấy không khí vắng vẻ như tờ. Khi theo chiếc cầu ván bắc ra nhà thủy tạ, Phan cho rằng nơi này hẳn đã bị bỏ hoang ít ra cả nửa năm rồi. Cỏ và dây leo các loại mọc đầy trên các kẽ ván. Những chú rắn mối bò sột soạt trong lá khô giương mắt nhìn khách lạ. Quanh nhà thủy tạ, dọc theo lan can treo đầy những chậu lan. Vùng trung du, chiều sập xuống rất nhanh nên Phan vội quay về mà không kịp ngắm những giò lan đang đâm hoa và thoang thoảng hương. Từ nơi đó về đến rẫy của chàng cũng khá xa...

Sáng hôm sau, từ sớm Phan đã quay trở lại cái hồ đẹp ấy. Rừng cao su vào mùa xuân là một trong những cảnh tuyệt vời. Lá rụng dày tạo thành một tấm thảm êm ái dưới chân, còn lá mới trên cành thì mơn mởn như thể trời vừa đổ xuống một cơn mưa mỡ.

Nắng lên, Phan cởi quần áo nhảy ùm xuống hồ, vì đã lâu chàng không được bơi lội. Nước hồ lạnh nhưng trong suốt đến tinh khiết. Lòng chàng lại thầm ngạc nhiên tự hỏi, tại sao một cái hồ đẹp như thế này và người ta đã tốn công dựng lên một nhà thủy tạ cũng đẹp không kém rồi lại bỏ hoang? Và đây là một công trình công cộng hay của riêng một cá nhân nào?

Tắm xong, Phan leo lên và bắt đầu đi vòng quanh theo lan can hình lục giác để ngắm những chậu lan vừa trổ hoa. Lan ở đây phần lớn là Ngọc điểm và Thủy tiên, hai giống lan đẹp và mọc nhiều ở rừng miền Đông. Đi gần hết chu vi nhà thủy tạ chợt Phan dừng lại, nhìn như thôi miên vào một cành hoa lạ. Những bông hoa màu tím sậm, gần giống như hoa uất kim hương, nhưng nhỏ hơn, nở từng chùm lộng lẫy.

Từ những chùm hoa ấy, một mùi hương ngào ngạt lan tỏa khắp xung quanh. Phan như mê mải bởi vẻ đẹp khó tin của chùm hoa lạ và ngây ngất vì hương thơm quá quyến rũ. "Ôi, ta muốn đem giò hoa này về cùng ta quá! Đây có lẽ là một loại lan cực quý hiếm – chàng nghĩ thầm. Nhưng mà nơi đây thuộc quyền sở hữu của ai? Lẽ nào ta lại đi trộm cắp hoa của một người nào đó?".

Nghĩ thì như vậy, nhưng không dằn lòng được, cuối cùng Phan gỡ cành lan lạ và quá đẹp ấy. Lạ lùng là nó không được trồng trong chậu mà như thể tự mọc lên từ một chiếc cọc gỗ cắm sâu dưới đáy hồ. "Tết này mình sẽ có một giò lan độc nhất vô nhị đây!". Phan cố tình nghĩ vậy để xua đi cảm giác có lỗi.

Đêm ấy trời hơi lạnh. Còn chưa đầy mười ngày nữa là Tết đến. Phan đốt một đống lửa nhỏ như thường lệ trong bếp và đem treo giò lan ngoài gốc điều trước trại để nó hứng sương.

Chàng ngồi mơ màng, cảnh đơn độc làm chàng hồi tưởng lại những người con gái đã qua đời mình, những cuộc tình đến rồi đi, những hẹn thề, những bội bạc...

Cơn gió Đông Bắc xào xạc bên ngoài đêm ấy sực nức một mùi hương quyến rũ. Phan leo lên một chiếc vạt tre dùng làm giường, lâng lâng trong hương thơm ấy và chập chờn... Bỗng chàng trông thấy một cô gái đứng kế bên chiếc chõng tre của mình. Phan lồm cồm ngồi bật dậy. Cô gái mặc toàn màu tím, tóc xõa dài, mắt lung liêng ánh lửa.

- Cô là ai? Tại sao cô đến đây được vào lúc này? Cô gái hơi lùi lại như lúng túng. Nét mặt cô ta thật đẹp nhưng u buồn.

- Cô là ai?

Thấy cô gái không trả lời, Phan hỏi gần.

- Em tên là Lan. Nhà em cũng gần...

- Tại sao cô lại đến đây vào lúc này?

- Tự em không đến đây được. Chính anh đã đem em đến! Giọng nói nàng êm ái như tay ta đang chạm vào một miếng nhung.

Một mùi hương quyến rũ, ngọt ngào từ phía người đẹp sực nức lan ra. Phan như mê mẩn và mất hết cả tự chủ. Chàng sỗ sàng nắm tay cô gái kéo về phía mình. Cô ta yếu ớt chống lại rồi ngã vào lòng Phan, nhưng đưa tay ngăn chàng lại:

- Em sẵn sàng trao thân cho anh, nhưng anh phải hứa một điều.

- Em cứ nói! Anh sẽ làm tất cả cho em. Sẽ không từ nan bất cứ chuyện gì! – Phan hổn hển đáp vội.

- Ngày mai anh phải quay về chợ và nhớ phải mang em theo!

- Ngày mai?

- Phải! Ngay ngày mai! Người ta sẽ bắt đầu bán hoa rừng ngoài thị trấn. Anh hãy đưa em đến đó và bán em ngay cho người hỏi mua đầu tiên!

Phan hoàn toàn không hiểu gì về điều kiện mà cô gái tên Lan đưa ra, nhưng bị quyến rũ đến mê muội, lúc ấy chàng sẵn sàng hứa bán cả trái đất nếu người đẹp yêu cầu để sớm được bước vào chốn đào nguyên đầy hương sắc lạ lùng, huyễn hoặc và nồng cháy. Chưa bao giờ Phan cảm thấy say sưa, đắm đuối như vậy. Chưa có cô gái nào từng qua đời chàng lại mềm mại, thơm ngát như cô gái tình cờ lạ lùng trong đêm nay. Phan gần như trút hết sinh lực vào cuộc truy hoan rồi rã rời thiếp đi...

Những tia nắng ban mai chiếu vào mắt làm chàng giật mình tỉnh dậy. Cảm giác đầu tiên là cái đầu nặng nề và đau buốt, nhưng rồi sực nhớ lại chuyện đêm qua, Phan bàng hoàng nhìn quanh. Vắng lặng. Tiếng một con chim sâu lích chích ngoài vườn điều. Đêm qua mình mơ chăng? Không, hương ấy vẫn còn rất nồng trên chiếu. Phan đưa cánh tay lên mũi ngửi. Chàng bần thần nhớ cái cảm giác lúc bàn tay mình chạm vào da thịt mềm mại và nóng bỏng của cô gái tên Lan. Những hình ảnh đêm qua giờ diễn qua ý nghĩ chàng từ đến cuối. Chợt Phan bật dậy bước ra ngoài. Lan? Hay là...?

Giò lan lạ hôm qua vẫn còn treo trên cành điều trước trại. Một mùi hương thoảng qua quen thuộc. Phan đứng như chôn chân bên cạnh những chùm hoa. Nàng là ai? Là những bông hoa tím đẹp não nùng này sao? "Em không tự đến đây được..." Lời nói ấy như còn văng vẳng bên tai Phan, rồi nàng còn bắt mình phải hứa bao điều? Phan ôm lấy đầu. Cơn nhức đầu có dịu đi nhưng lòng chàng thì loạn lên vì bao nhiêu thắc mắc lạ lùng. "Người ta sẽ bắt đầu bán hoa rừng ngoài thị trấn. Anh hãy đưa em đến đó và bán...". Bán? Cho người hỏi mua đầu tiên?

Phan đưa tay sờ vào những cánh hoa. Nó mềm mại và âm ấm, khác hẳn những cánh hoa bình thường. Chàng lặng lẽ thu xếp đồ đạc. Dù gì thì mình cũng đã hứa. Dù chỉ là hứa trong một giấc mơ!?

Càng về gần chợ, những người đi đường càng trầm trồ nhìn giò lan. Ai cũng khen quá đẹp và hỏi Phan đã tìm được ở đâu. Phan chỉ mỉm cười, không đáp. Vừa bước vào khu vực nhóm chợ, chàng kinh ngạc hơn khi thấy đúng là ở góc chợ có một số người tụ tập để bán hoa rừng. Phan đến gần, họ bán phần lớn là mai vàng và các loại lan lấy từ những cánh rừng quanh khu vực. Bỗng chàng chú ý đến một người đàn ông mập mạp đang bước ra từ cửa chiếc xe hơi sang trọng. Ông ta nhìn chàng chăm chăm rồi nhìn cành lan trên tay chàng.

- Anh bán giò lan này bao nhiêu? Ông ta hỏi khi bước lại gần, mắt nhìn xoáy vào những cánh hoa tím như đang run rẩy.

- Tôi... tôi...

- Ồ, giò lan này thật đẹp, mà lạ. Chắc là phải lấy từ một khu rừng nào đó xa xôi. Ông cứ trả cao giá vào! – Anh thanh niên bán mai vàng, mặc đồ công nhân cao su, đứng cạnh Phan bảo.

- Anh bán bao nhiêu cứ nói!

- Tôi không... Phan tính nói "Tôi không bán!", nhưng nhớ lời dặn dò của cô gái đêm qua chàng trả lời xuôi: " Tùy ông! - Tôi trả anh năm trăm ngàn. Được chứ? - Được!"

Người đàn ông móc một xấp giấy bạc, đếm sơ rồi nhét vào tay Phan và gần như giằng lấy giỏ lan, xong bước vội về phía xe hơi của mình. Mùi hương lan ra rồi tan dần theo cơn gió xuân.

Phan bỗng cảm thấy như kiệt sức. Chàng nhét tiền vào túi và cố gắng lắm mới về được đến nhà. Vừa vào đến sân chàng đã quỵ xuống, tai còn nghe tiếng la thất thanh của mẹ!

Tiếng đì đùng làm Phan hồi tỉnh. Chàng nhận biết ngay là tiếng pháo. Mẹ chàng là người đầu tiên thấy Phan mở mắt ra, bà reo lên mừng rỡ: "Phan! Con tỉnh rồi!" Cha chàng và người chị chạy đến đứng quanh giường. Phan cảm thấy không mấy mệt mỏi. Chàng hỏi:

- Con nằm đây được bao lâu rồi?

- Gần tuần lễ rồi! Con như một người ngủ say! Mẹ sợ lắm, bác sĩ cũng không hiểu là con bị bịnh gì!

Phan cố gắng nhớ lại tất cả. Đúng là tất cả đã xảy ra quá đỗi lạ lùng!

- Ai đốt pháo nhiều quá vậy mẹ?

- Pháo rước ông bà đó! – Cha chàng trả lời – Con cảm thấy ra sao?

- Con khỏe rồi! Cho con xin ly nước!

Mẹ chàng mang đến một ly sữa lớn và Phan uống ngon lành. Giờ thì chàng thấy tỉnh táo thực sự, chỉ có người hơi yếu.

Cha chàng nhìn con trai một lát rồi hỏi:

- Cha thấy con đã tỉnh thật. Giờ cha muốn hỏi con một chuyện!

- Điều gì vậy cha?

- Hôm con về đến nhà thì bị ngất đi, nhưng trong túi lại có một món tiền khá lớn. Con... con đã làm gì để có một số tiền như vậy?

Nghe giọng nghiêm khắc của cha mình, Phan thật cảm động. Ông là một người sống trong sạch và trung thực suốt đời. Chàng trả lời ngay:

- Cha đừng lo. Đó là tiền con bán hoa mà!

Rồi chàng lập tức kể cho cả nhà nghe chuyện về giò lan lạ tình cờ kia. Tất nhiên Phan không kể đến chi tiết chuyện gặp gỡ với cô gái tên Lan đêm nào.

- May cho con tôi! – Bà mẹ thở phào – Cành lan đẹp ấy là hiện thân của một cô gái bất hạnh nhập vào đó để trả thù!

- Mẹ nói gì hả mẹ? – Phan ngơ ngác hỏi.

- Cái ông mua giò lan của em đã chết rồi! – Chị chàng trả lời – Ông ta chết đột ngột trong phòng ngủ của mình cùng với giò lan lạ mới mua. Nhà chức trách bảo rằng các bác sĩ đã cho biết ông ta bị ngộ độc vì hoa Linh Lan! Nhưng cũng có những lời đồn đại khác...

- Em không hiểu gì cả! Chị kể cho em nghe đi!

- Ông ấy là chủ của một công ty lớn. Người ta đồn rằng ông chủ ấy đã giết cô thư ký trẻ đẹp của mình vì cô ta có thai với ông. Giết bằng cách xô xuống cái hồ mà em đã đến tắm và mang giò lan độc ấy về bán. Nơi đó, trước kia là nhà nghỉ của gia đình ấy. Sau cái chết, mà người ta giải thích là chết đuối của cô thư ký kia, không ai còn dám đến nữa vì người ta đồn nơi ấy có ma! Em mới về nên không biết! Mà thôi, em nghỉ đi! Để chị nấu cho em một nồi cháo gà!

Phan nằm im. Nhắm mắt lại. Linh Lan? Phải rồi. Chàng đã từng đọc sách nói về giống hoa cực đẹp mà cũng cực độc này. Nhưng còn cô gái áo tím có đôi mắt u buồn đêm ấy? Rồi hình ảnh nàng bỗng hiện ra. Phan mở bừng mắt. Không! Đó chỉ là ảo ảnh. Hình như trời sắp tối...

TÌNH NHÂN

Vùng An Thạnh, nơi một dòng sông lớn rẽ nhánh tạo thành ngã ba sông, từ xưa vốn đã nổi tiếng vừa là vựa trái cây, vừa là vựa cá lớn của miệt đồng bằng trù phú phía Tây.

Hằng năm, cứ sau mùa nước nổi, khi những đợt phù sa từ thượng nguồn đổ xuống bồi đắp và làm xanh thêm màu xanh của vườn cây ăn trái, đó cũng là lúc dân trong vùng rôm rả vào mùa đánh cá, dù dân ở đây phần lớn sống bằng nghề làm vườn còn đánh cá chỉ là chuyện... nghiệp dư.

Phía đầu doi đất, nơi con đường chạy ra bến đò có một cái quán nhỏ. Chủ quán là một phụ nữ trẻ. Nàng đã có một đời chồng nhưng anh ta đã chết bất đắc kỳ tử trong một cơn say rượu.

Cái quán tuy nhỏ nhưng vì chỉ có một mình nên công việc buôn bán lặt vặt cũng giúp nàng đủ sống mà không cần phải lao động cực nhọc như bao người. Chỉ có một điều hơi bị rầy rà đó là việc quan tâm hơi quá mức của cánh đàn ông "có máu" trong địa phương đối với nàng.

Những người đàn ông ấy phần lớn đều tìm đến với một ý nghĩ chủ quan là cảnh góa bụa sớm sẽ khiến nàng dễ buông thả. Nàng không phải là gỗ đá gì, cũng không có ý nghĩ phải "thủ tiết" thờ chồng cũ, nhưng cái lối tán tỉnh khiếm nhã ấy làm nàng nổi nóng. Kết quả là chẳng có một vị tèm lem nào dám vỗ ngực xưng tên đã là người chiến thắng.

Một thời gian dài như vậy rồi cuối cùng cánh đàn ông đâm nản. Những con người cạn cợt, thiếu một tình cảm thực sự ấy thống nhất với nhau rằng nàng là một bức tường bất khả xâm phạm. Họ thôi không chạy theo săn đón nàng nữa. Cái quán ấy vắng dần, khách hàng giờ chỉ còn vài bà nội trợ gần đó tạt qua mua vài trăm mắm muối hay xị rượu...

Tấm lòng người góa phụ trẻ rồi cũng héo hắt đi cùng với không khí trong quán. Thật ra, nàng vẫn còn ao ước một cuộc sống lứa đôi nồng nàn như bao người phụ nữ khác sau lần hôn nhân lạnh nhạt với người chồng vắn số. Cho đến một ngày...

Trong sinh hoạt, như thói quen của mọi cư dân trong vùng, chiều nào nàng cũng ra tắm ở bến sông trước nhà. Những buổi chiều mùa hè, ngâm mình trong dòng nước mát, mặc cho những làn gió nhẹ trên sông mơn man da thịt, đôi lúc nàng chìm đắm trong một nỗi khát khao...

Một hôm, bằng linh tính của người phụ nữ, nàng chợt cảm thấy có ai đó đang nhìn trộm mình. Nghi ngờ bọn đàn ông trong vùng lại giở trò đùa cợt, nàng bỏ tắm vô nhà. Nhưng mấy lần sau nữa cái cảm giác bị nhìn vẫn còn dù nàng không hề bắt gặp ai. Nhiều lần như vậy rồi nàng quen dần đi đến nỗi khi phát hiện ra kẻ làm cho mình có cảm giác ấy là một người đàn ông lạ, thường bơi gần bờ bên kia trong mỗi buổi chiều, thì nàng không còn cái cảm giác nhột nhạt vị bị nhìn nữa.

Dần dần nàng nhận thấy mình nôn nao chờ đến chiều để được ra tắm sông, dù rất thắc mắc không hiểu người đàn ông ấy là ai mà lạ lùng đến vậy? Đây quả đúng là một kẻ muốn chọc ghẹo nàng nhưng chọc ghẹo kiểu như vậy thì trên đời chỉ có một!

Như đồng cảm với suy nghĩ ấy, ngay buổi chiều đó, kẻ nhìn trộm bơi gần về phía bến sông. Khi anh ta đến gần, da thịt nàng như nổi gai lên trước vẻ đẹp cuồn cuộn như một lực sỹ ấy. Anh ta mỉm cười và không tự chủ được, nàng cũng cười đáp lại. Vậy là họ quen nhau ngay một cách lạ lùng.! (Ở một số làng quê, người ta vẫn mặc quần áo bình thường khi tắm ở sông và có thể vừa tắm vừa trò chuyện với bạn bè).

Vài lần gặp nhau như vậy rồi họ không giấu nhau tình cảm của mình. Một đêm, trái với thói quen cẩn thận, nàng "quên" cài then cửa khi ngủ và anh ta lẻn vào, người ướt nhẫy vì có lẽ vừa mới từ bờ bên kia sông bơi qua. Cái thân thể cường tráng ấy hừng hực một biển lửa tình cuồng nhiệt. Nỗi đam mê chăn gối trong nàng bừng tỉnh khi anh ta dẻo dai và kinh nghiệm dẫn dắt nàng vào từng ngóc ngách của mê cung hoan lạc.

Nửa đêm, khi người đàn ông đã về, nàng bỗng thấy buồn nôn. Mùi đàn ông của anh ta tanh mùi cá. "Anh là dân chài!". Anh nói với nàng về mình đơn giản như vậy và nàng cho rằng cái mùi ấy hẳn là mùi... nghề nghiệp!

Từ hôm ấy, khi nàng tắm, thỉnh thoảng mới thấy anh ta bơi vùn vụt phía bờ bên kia nhưng về đêm thì anh ta chưa bao giờ lỗi hẹn. Nàng không còn cảm thấy cái mùi khó chịu ấy nữa như đêm đầu tiên nhưng hình như những người khách thường khạc nhổ nhiều hơn khi bước ra khỏi quán của nàng.

Quán vắng khách hẳn nhưng nàng không lấy đó làm buồn bởi giờ đây nàng đã có một người tình mạnh mẽ và chu đáo. Từ khi biết nàng túng thiếu, bao giờ anh cũng mang đến cho nàng những giỏ cá đầy trong những đêm hẹn. Đó thường là những loại cá sông ngon nhất và nàng đem bán trong buổi chợ sáng cũng đủ tiền sinh sống.

Cuộc tình của họ kéo dài như vậy mà chẳng một ai biết được. Anh ta tỏ ra sung mãn và vui vẻ trong những ngày nước lũ đổ về nhưng đến đầu tháng mười một âm lịch, khi nước rút, dân làng chuyển sang nghề đánh bắt cá, nàng để ý và thấy anh ta có vẻ như lo lắng một điều gì đó.

- Có lẽ anh cần phải đi thôi! – Một hôm anh ta bảo vậy.

- Nhưng đây là mùa cá. Tại sao anh phải đi? – Nàng thảng thốt hỏi.

- Anh phải đi! –Người đàn ông nhắc lại mà không trả lời thẳng câu hỏi – Nhưng anh yêu em nhiều quá nên cứ lừng chừng...

- Hãy chỉ nơi ghe anh đậu. Em sẽ đến với anh, nếu cần em sẽ đi theo anh! – Nàng cuồng nhiệt thổ lộ.

- Anh không thể cưu mang em nhưng anh cũng không làm sao giải thích. Anh lo lắm!

Dù nói vậy, hằng đêm người đàn ông ấy vẫn đến với nàng. Cả hai như bị hút chặt vào nhau trong nỗi đắm say mê muội đến mức độ nàng không cảm thấy cần phải tìm hiểu gì thêm về cái lý lịch mù mờ của anh. Một đêm, đang say sưa ân ái, anh đột ngột bỏ cuộc và ngồi dậy, có vẻ hốt hoảng. Nàng lo lắng hỏi:

- Anh sao vậy? Điều gì làm anh sợ hãi?

Anh cúi xuống hôn nàng rồi từ giã. Khi anh ra đến bờ sông, đứng từ trong quán, nàng nhìn thấy những ngọn đèn và tiếng cười râm ran của những người đánh cá đang tụ họp bủa lưới cá hô trong cái vụng xoáy ngã ba sông.

Chắc là anh ấy sợ bọn họ phát hiện sẽ mang tai tiếng cho mình! Nàng nghĩ thầm như vậy và cảm thấy thương người đàn ông kia biết bao, dù nàng vẫn không giải thích được tại sao anh ta lại có những hành vi bí ẩn lạ lùng?

Đêm sau anh ta không đến trong nỗi khát khao chờ đợi của nàng. Nửa đêm hôm ấy, nàng bỗng nghe nhiều tiếng reo hò vang dội dưới bến sông rồi những người đánh cá kéo lên bờ một con cá hô thật lớn, nặng ít nhất cũng một tạ.

Dù đã khuya, vẫn có rất nhiều người xúm lại coi và trầm trồ vì con cá lớn quá. Tò mò, nàng cũng chạy ra xem. Con cá vẫn còn thoi thóp thở và thỉnh thoảng dãy đành đạch vì ngộp. Bỗng nàng thối lui, tay ôm lấy ngực. Dưới hàng chục ánh đèn, nàng nhìn thấy đôi mắt con cá đang nhìn mình giống y hệt đôi mắt người đàn ông nhân tình bí mật. Rồi một cái mùi đặc trưng thoảng qua. Nàng bước như chạy về cái quán của mình, trong khi nước mắt trào ra dù vẫn không hiểu tại sao mình lại có ý tưởng kỳ cục như vậy.

Cuộc săn những con cá hô khổng lồ vẫn diễn ra suốt đêm, người ta cho rằng phải còn một con cá khác nữa bởi loài này luôn sống từng cặp nhưng chỉ hoài công. Sáng hôm sau, con cá hô lớn ấy đã chết!

Người ta mổ bụng nó ra để bắt đầu xẻ thịt và phát hiện con cá hô ngậm trong miệng mình rất nhiều loại cá nhỏ ngon nhất mà không hiểu tại sao nó không kịp nuốt mồi trước khi mắc lưới?

"Đây là một con cá sống lâu năm đến độ sắp thành tinh rồi!". Vài cụ già trong làng bình luận như vậy!

Không ai biết gì về cuộc tình của nàng và cũng không ai chú ý vì sao cái vẻ thanh xuân, tràn đầy nhựa sống ấy chỉ bùng lên một thời gian rồi tắt hẳn. Bởi sau cái đêm giã từ đột ngột đó, người tình bí ẩn và cuồng nhiệt của nàng đã không bao giờ còn trở lại!

KIẾP BÈO

Cách đây không lâu lắm thành phố C. còn có một nhánh sông cắt ngang. Dù chỉ là một nhánh phụ của con sông cái nhưng vì chảy ngang qua thị thành, nó đã trở thành một nơi chốn thần tiên cho cả tuổi thơ lẫn những đôi lứa đang kỳ hò hẹn.

Dọc theo bờ sông mọc đầy cây bần là bãi tắm tuyệt vời nhất cho những đứa trẻ trong thành phố những buổi chiều. Sau đó, một vài người đến cất những căn nhà lá nhỏ ngay trên mặt sông để làm nơi sinh sống. Họ là những người nghèo khổ, tha phương cầu thực chớ không phải là dân bản địa và vì không tiền mua đất, họ phải làm liều dù ai cũng biết rằng khu đất ấy là đất công.

Thế nhưng, thành phố dần phát triển, đất hẹp người đông, nhu cầu về chỗ ở ngày một cao đã làm cho mỗi tấc đấc trở thành tấc vàng thật sự. Vậy là những cái đầu thực dụng nhìn thấy nhánh sông chảy băng qua thành phố cùng với bãi bờ của nó cả một diện tích rộng nếu được lấp đầy.

Cũng không khó gì lắm để ra đời dự án thổi cát từ sông cái lên lấp nhánh sông "không cần thiết" tạo ra một mặt bằng rộng dùng cho việc lập chợ, kinh doanh. Tuy có nhiều ý kiến khác nhau nhưng cũng không ai phản đối gì vì những người ngụ cư dọc theo hai bờ sông đều là dân sống bất hợp pháp. Tôi có một người bạn là kỹ sư xây dựng cũng được huy động vào đội ngũ tham gia công trình này.

oOo

Hưng kể, vì được chỉ đạo phải làm thật nhanh kể từ ngày có lịnh thi công, đội ngũ công nhân và kỹ sư gần như phải làm suốt ba ca. Có đêm, Hưng phải ngủ lại và một đêm kia, sau một chầu bia tối kéo dài tận khuya, anh thức dậy và thấy mình ngủ một mình trên võng buộc tạm vào lan can chiếc cầu mà họ dự tính sẽ giật sập trong tuần tới vì dòng sông bên dưới đang cạn dần.

Chầu nhậu đã làm Hưng khát khô cổ và cảm thấy thèm thuốc nhưng trong túi không có sẵn hộp quẹt. Bỗng dưng Hưng nghe có tiếng thì thầm nho nhỏ như có ai đó đang trò chuyện. Anh dụi mắt, bước ra khỏi võng và vô cùng ngạc nhiên khi thấy nơi bến sông trước mặt, có một dãy ghe nhỏ che mui kín đang đậu. Từ những chiếc ghe nhỏ ấy, phát ra tiếng rì rầm và có cả ánh sáng yếu ớt của những chiếc đèn hột vịt. Dù rất ngạc nhiên vì nhánh sông ngoài kia đã gần như bị bít để thổi cát vào, những căn nhà dọc bờ sông đã giải tỏa và ghe xuồng không cách nào vào được đây nhưng không hiểu sao lúc ấy Hưng vẫn trỗi dậy, bước ra khỏi võng và đi lần xuống bến với ý nghĩ xin mồi thuốc.

Dưới bến có chừng năm bảy chiếc ghe đang neo đậu và hầu như tất cả đều chưa ngủ. Hưng bước tới chiếc ghe gần nhất và dưới ánh trăng anh nhìn thấy một ông cụ mặt bộ bà ba nâu, đầu chít khăn rằn đang ngồi đốt thuốc bên chiếc hỏa lò nhỏ le lói ánh than hồng.

- Chào bác!

Hưng cất tiếng.

Ông cụ gật đầu đáp lại nhưng không hỏi gì với khách. Hưng bước đến gần hơn và nói:

- Bác cho cháu mồi nhờ điếu thuốc...

- Được, cậu cứ lên đây. Ông già đã lên tiếng.

Hưng bước lên mũi ghe, nói:

- Cháu ngủ gần đây, nghe tiếng trò chuyện nên cháu mới...

- Được mà. Ngồi hút thuốc uống trà cho vui đi cậu. Gia đình chúng tôi cùng mấy bà con quanh đây sắp sửa dời đi nhưng còn đợi con nước.

Rồi ông quay nhìn vô trong mui, lên tiếng:

- Lục Bình, con lấy gói trà cho cha mời khách.

Hưng hơi tò mò nhìn theo ánh mắt ông lão. Anh thấy bên trong khoang ghe được ngăn lại bằng một tấm màn vải kẻ ca rô mà người nhà quê ưa dùng. Từ trong ấy có một cô gái vén màn chui ra. Cô gái một tay cầm gói trà còn tay kia vén tóc lại cho gọn gàng và khẽ gật đầu chào khách. Hưng bàng hoàng. Dù ánh trăng không tỏ lắm nhưng anh cũng kịp nhận ra là cô gái quá đẹp. Bộ đồ bà ba màu xanh lá tuy rộng nhưng vẫn nhìn rõ một vóc dáng thanh thoát, rất ít gặp ở những cô gái con nhà thương hồ.

Không hiểu sao Hưng lại chăm chú nhìn cô như vậy, thậm chí anh còn nhận thấy hình như gương mặt cô có một nét u buồn sâu kín. Khi cô lui vào trong khoang ghe, khuất sau tấm màn, Hưng nghe như có tiếng đối đáp nho nhỏ giữa cô gái cùng một người khác nữa.

Chiếc ấm trên hỏa lò bắt đầu sôi và ông lão nhắc ra, rót nước vào một chiếc ấm đất màu gan gà. Vẫn nghe thấy tiếng người thì thầm, Hưng đánh bạo hỏi:

- Xóm ghe mình hôm nay thức khuya để dời đi đâu hả bác?

Mắt ông lão dường như tối lại:

- Cả xóm đã bàn nhau nhiều nhưng vẫn chưa biết là sẽ đi đâu. Chúng tôi đã định cư đây bao đời rồi, giờ thật là khổ.

Tiếng thì thầm trong khoang ghe bỗng chuyển thành tiếng nức nở, ông lão bảo Hưng:

- Thôi, uống nước đi cháu. Chúng tôi cũng sắp sửa nhổ sào.

Rồi ông quay vô, trầm giọng:

- Chuẩn bị đi bà ơi.

Ông hắng giọng, nói thêm.

- Còn con Lục Bình, cha đã nói là phận mình bọt bèo thì mình đành phải chịu. Sao còn thương cảm hoài vậy?

Không dằn lòng được nữa, Hưng hỏi:

- Cô nhà có chuyện chi mà không vui vậy bác?

- À, Lục Bình là con gái út nhà tôi. Trước đây chúng tôi có hứa hôn với họ Hà. Thế nhưng gần đây không hiểu sao đất đai nhà cửa của dòng họ ấy bỗng bị mất sạch. Cha con ly tán, họ hàng thất lạc. Thằng con rể tương lai cũng bị vạ lây. Giờ đây, chúng tôi cũng phải ra đi. Chuyện nhơn duyên lỡ dở như vậy nên mấy ngày nay con Lục Bình nó khóc lóc hoài. Cả hai vợ chồng tôi khuyên can mấy cũng chưa nguôi.

Hưng rùng mình, uống vội ngụm nước rồi từ giã ông cụ. Khi anh bước lên bờ, dưới ánh trăng huyền hoặc, Hưng vẫn nhìn thấy cái thân hình nhỏ bé buồn bã của ông cụ in đậm trên nền của hàng cây và bên tai Hưng vẫn vang lên tiếng nức nở của người con gái...

Sáng hôm sau, Hưng giật mình tỉnh lại khi có người lay gọi. Anh bàng hoàng thấy mình nằm ngủ ngay trên thành cây cầu sắp sửa bị phá đi, cách xa chiếc võng của mình chừng mười mét. Anh chàng công nhân trẻ cười:

- Hồi đêm xỉn dữ hả anh Hưng? Về không tới võng mà...

Hưng ngồi dậy, anh tựa vào lan can cầu nhìn xuống dòng sông đang cạn. Dưới ấy, từng đám lục bình đang theo con nước đẩy đưa giạt dần về phía sông cái. Có một nhóm lục bình nhỏ còn vướng vào chân cầu vì nước đã cạn lắm. Hưng đi vòng xuống bến, gỡ cánh bèo và nhẹ nhàng đẩy nó ra xa, nhập vào đám lục bình lớn trước con mắt ngạc nhiên của người công nhân trẻ.

oOo

Chúng tôi ngồi bên nhau trong công viên bên bờ sông, trước mặt tôi những cánh bèo vẫn giạt từng đám trong cơn nước kiệt. Giọng Hưng bùi ngùi:

- Sau đó mình xin chuyển công tác. Mình cảm thấy như có gì đó sai lầm, và như thế có lỗi với tuổi thơ của mình. Và còn một lý do nữa, đó là nỗi ám ảnh không nguôi về cái đêm nửa hư nửa thực ấy. Mình vẫn nhớ rất rõ cô gái ấy tên là Lục Bình, vẫn nhớ màu áo xanh cô ấy lay động dưới ánh trăng khi đem gói trà ra, và nhớ rất rõ ánh mắt buồn của ông cụ và cách nói chơn chất như người vùng quê cách đây cả vài chục năm, cùng tiếng nức nở của cô con gái và câu chuyện lạ lùng về dòng họ Hà bị xiêu tán, nó cũng giống như một lời cảnh tỉnh.

Đêm đó khi chúng tôi trở về, Hưng chở tôi chạy ngang qua khu đô thị mới. Dòng sông xưa giờ đã mất tích. Chỗ chiếc cầu đá mà cách đây hai mươi năm chúng tôi còn thi nhau leo lên rồi nhảy ùm xuống dòng nước mát gần như không còn có thể nhận ra. Thay vào đó là những tiếng nhạc xập xình phát ra từ các quán cà phê mới đang thi nhau mở hết công suất.

TÌNH HOA

Thân là một thi sĩ có tài nhưng đa đoan. Thời còn trẻ, tuổi mới hai mươi, nhân lúc bàn chuyện với anh em trong nghề, bởi nghĩ rằng họ chưa biết, chưa tin ở tài năng mình, Thân về gom góp hết tài sản, bán rẻ đi, rồi lấy tiền này in 5000 cuốn thơ của riêng mình. Lúc ấy, chàng tin tưởng chỉ sau một thời gian phát hành, tập thơ sẽ tạo cho mình một tiếng tăm tốt hơn và tiền bán thơ được hy vọng sẽ đủ số vốn đã bỏ ra.

Tủi thay, chỉ vì bốc đồng mà nông nổi... Tập thơ của Thân in xong chẳng thấy ma nào rớ tới. Còn những tập dành riêng để tặng bạn bè, họ đọc hay không không biết nhưng chỉ khen vài câu chiếu lệ rồi im luôn, chẳng một ai buồn viết một bài, dù ngắn ngủi, để loan tin trên mặt báo về tập thơ, làm như nó chưa từng được in ra.

Buồn đời, lại bị gia đình cằn nhằn về chuyện dám đem hết tài sản để đổi lấy một chút phù phiếm, Thân thường hay bỏ đi đây đó luôn. Bất cứ ai, không kể thân sơ, hễ có bụng liên tài, đánh tiếng mời là chàng tới ngay.

Lúc ấy, về phía thượng lưu sông Cửu Long cũng có một thi sĩ bất đắc chí, trở thành ngư dân, biết tiếng Thân qua bạn bè, chàng ngư dân – nhà thơ ấy gởi thư mời. Nhận được thư, Thân lên đường ngay.

Nơi ở của chủ nhân là một huyện biên giới, thuộc vùng đất mà dòng Mê-Kông chia làm hai nhánh chảy vào miền đồng bằng lớn. Thân đã đi khắp các tỉnh đồng bằng nhưng chưa tới đây bao giờ nên cũng thấy thích thú trước thiên nhiên khoáng đạt và hoang dã.

"Những con sông kiêu hãnh!". Chàng nghĩ vậy khi đứng soi mình bên bờ dòng sông lớn, cuồn cuộn một màu nước đượm phù sa. Sau đó, khi được gia chủ đón tiếp nồng hậu, Thân quyết định là sẽ lưu lại đây chơi một thời gian vô hạn định.

Họ nhanh chóng trở thành đôi bạn ý hợp tâm đầu. Hằng ngày, Thân theo bạn xuống một chiếc ghe nhỏ, mang theo cả ngư cụ lẫn ... "văn cụ", rồi cứ vậy, khi thì chèo ngược dòng Hậu Giang, lúc lại thả xuôi. Khi thì buông chài, thả lưới, lúc lại ngâm thơ uống rượu.

Trong hành trang của Thân, chàng có đem theo cả chục tập thơ đã in của mình làm quà và chàng ngư dân thi sĩ kia cũng có hàng trăm bài thơ đã sáng tác trong suốt những ngày lênh đênh trên sóng nước. Họ ngâm thơ nhau, bình thơ nhau, lúc lắng lại thâm trầm, khi đắc ý cười vang ha hả. Trên chiếc ghe nhỏ ấy, một tình bạn, một không khí như của một thời nào đó đang sống lại. Cái thời mà văn chương còn được trọng vọng. Những ám ảnh ngoài đời với chợ văn chương xô bồ không lọt được đến đấy.

Dù vậy, sống mãi trên sông nước cũng có phần tù túng. Một hôm, nhân khi người bạn neo ghe vào một khúc vắng để ngủ trưa, Thân len lén bỏ lên bờ. Chàng định ngoạn cảnh một lát rồi quay lại nên không cho bạn hay...

Nơi Thân bước lên thật vắng vẻ. Một con đường nhỏ chạy vòng vèo theo bờ sông. Không gian u tịch thỉnh thoảng lại vút lên một vài tiếng chim lạ trong những tàng cây không cao lắm nhưng rậm rạp.

Men theo con đường một đoạn, Thân bỗng ngạc nhiên khi thấy thấp thoáng có hai bóng áo hồng trước mắt. Chàng vội rảo bước và nhận ra đó là hai thiếu nữ qua dáng đi thướt tha, uyển chuyến của họ. Qua một khúc quanh, có cảm tưởng như họ đã thật gần thế nhưng dù Thân gắng đi thật nhanh nhưng vẫn không đuổi kịp. Con đường dần xa hẳn với bờ sông nhưng Thân chẳng còn quan tâm. Chàng chỉ muốn đuổi kịp hai cô gái kia để nhìn mặt họ mà qua dáng đi chàng đoán chừng họ khá đẹp.

Lại qua một khúc rẽ nữa và nhờ gần như chạy theo nên Thân đã đến được sau lưng hai cô gái. Thân thầm ngạc nhiên không biết con nhà ai lại đi vào nơi vắng vẻ này. Hai cô gái cũng đã nghe tiếng chân nên quay đầu nhìn lại, nhưng khi thấy đó là một người đàn ông họ lại vội rảo bước. Thân đánh liều hỏi:

- Hai cô. Hai cô ơi. Cho tôi hỏi thăm chút đỉnh!

Chàng nghe một cô nói:

- Chị Hai! Cái ông khách lạ này kỳ cục thiệt. Không quen biết mà cũng kêu réo người ta.

Nhưng Thân đã mê mẩn vì vẻ đẹp của cô con gái lớn lúc nàng quay đầu nhìn lại nên lì lợm bám theo và bước thật nhanh. Qua những quãng đường hẹp, tới một đoạn đường khá rộng, chàng liền vượt lên và đi ngang hàng với họ. Thấy hai cô gái nhìn tránh đi, có vẻ ngại ngùng, chàng phân trần:

- Tôi quả đúng là khách lạ. Nhân đến chơi với một người bạn, thấy đây phong cảnh hữu tình nên mới quanh quẩn dạo chơi. Thật may mắn là gặp được hai cô. Xin hai cô cho phép tôi được hỏi con đường nhỏ này sẽ dẫn về đâu?

- Đường này sẽ dẫn về thôn Phù Dung, nơi đó cũng là nơi cư ngụ của gia đình chúng tôi!

Cô gái lớn cất tiếng trả lời. Chưa bao giờ Thân được nghe giọng nói êm ái dường ấy. Chàng say sưa ngắm vẻ đẹp của gương mặt ửng hồng, nhất là làn da mịn màng đến khó tin ở họ. Đường thì vắng, lại chỉ có chàng với hai người nên chàng không mấy e dè.

Chuyện trò xã giao một lát, thấy hai cô gái cũng vui vẻ, Thân kể là mình không có ai quen biết ở vùng này nhưng rất muốn đến thăm thôn Phù Dung (?). Chàng ngạc nhiên khi thấy họ mau chóng mời mình ghé lại nhà họ chơi.

- Chúng tôi là hai chị em ruột và chúng tôi đang ở cùng với mẹ. Các cô chỉ nói vậy.

Vượt qua quãng đường rộng lại đến một khúc quanh hẹp cây lá um tùm. Đến trước một cái cổng bằng cây đơn sơ, cô gái lớn bảo:

- Đây đã thuộc địa phận thôn Phù Dung. Nhà chúng tôi đã gần!

Họ bước qua cổng và trước mắt Thân hiện ra một thôn nhỏ chừng năm bảy nóc nhà nhỏ nhắn, mái lợp bằng lá. Lạ một điều là những mái lá ấy màu xanh, hình như ở đây họ lợp nhà bằng một loại lá nào đó khác hẳn lá dừa hay tranh.

Không khí tĩnh mịch bao trùm lên cả thôn. Thấp thoáng đằng sau khung cửa là những bóng áo hồng lay động.

Hai cô gái dừng lại trước cổng một căn nhà nằm gần giữa thôn. Cô em, khoảng chừng 15-16 tuổi, gọi:

- Mẹ ơi! Chúng con đã về! Mà nhà mình còn có khách nữa!

Cánh cửa từ từ mở ra và một bà lão bước ra đón họ. Thân ngạc nhiên khi thấy bà lão cũng mặc áo hồng giống như hai cô con gái, nhưng điều chàng kinh ngạc hơn hết là dù bà cụ đã già nhưng khuôn mặt vẫn còn rất trẻ với làn da cực mịn như một loại đồ sứ đắt tiền. Thấy chàng lễ phép cúi chào, bà cũng đáp lại rồi hỏi:

- Ai đây các con?

- Dạ, đây là người khách đi ngoạn cảnh, muốn thăm thôn chúng ta!

- Được rồi. Các con mời khách vào nhà. Người đã có lòng đến thăm thì chúng ta phải có lòng tiếp đãi!

Nghe những lời nói giản dị, chân tình nhưng hầu như đã mất hẳn ngoài cuộc đời ấy, Thân cứ ngỡ mình đang rơi vào một giấc mơ hoặc là đang đi lạc vào một xứ sở huyền thoại. Nhưng bà cụ đã giục khách vào nhà. Trong nhà bày biện đơn sơ nhưng tất cả vật dụng đều xinh xắn. Hai cô con gái lui vào nhà sau còn bà cụ ngồi tiếp khách. Cụ bảo:

- Đã lâu lắm rồi nhà không có khách viếng. Mà thôn này cũng vậy. Nếu cháu không chê gia cảnh bần hàn thì hãy ở lại chơi cho thong thả. Thôn chúng tôi tuy nghèo nhưng không hẹp lượng với khách bao giờ.

Thân cực kỳ khoan khoái trong lòng. Với chàng lúc ấy, đó có lẽ là những lời nói quý giá nhất.

Bữa cơm chiều được dọn ra. Chỉ có cơm trắng với rau xanh nhưng Thân ăn ngon miệng hơn cả khi ăn trong những nhà hàng sang trọng. Bà lão cùng hai cô con gái ngồi ăn với khách không một chút câu nệ. Một không khí ấm cúng bao trùm lên câu chuyện của họ. Và Thân cảm thấy nao lòng, chàng cơ hồ quên đi tất cả trước sóng tình không giấu được giữa chàng và cô con gái lớn.

Chàng xin phép được ở lại chơi. Bà lão bảo:

- Già không hẹp lòng được. Để bé Hai đem quần áo sạch cho cháu thay đổi! Và cũng nói để cháu biết, thôn chúng tôi có lệ ngủ rất sớm. Mặt trời lặn là đã ngủ say. Nếu ở lại cháu cũng phải theo cái lệ ấy!

Dù rất đỗi lạ lùng, Thân cũng thưa là mình sẽ làm đúng như những gì bà lão dạy. Bà cụ có vẻ hài lòng. Rồi bà gọi:

- Bé Hai, bé Ba! Đem quần áo cho khách, chuẩn bị thay áo rồi đi ngủ!

Thân nghe hai tiếng "dạ" rất thanh tao vang lên. Lát sau, hai cô gái bước ra. Họ đều đã thay y phục đỏ rực và cũng mang ra cho chàng một bộ đồ như vậy. Bà cụ bảo:

- Bé Hai, con hướng dẫn khách về phòng còn bé Ba giúp mẹ thay áo, chúng ta đi ngủ thôi! Cháu ngủ cho ngon nghen!

Thân bồi hồi theo cô gái về phòng mình. Nàng chỉ cho Thân một căn phòng rồi rút lui nhanh chóng đến nỗi chàng chưa kịp nói một lời. Đó là một căn phòng nhỏ, bốn vách đều kết bằng lá xanh. Nhưng Thân không quan sát được lâu hơn. Cửa phòng tự nhiên khép lại và một cơn buồn ngủ ập tới, Thân chỉ còn kịp nằm lăn ra giường...

Sáng hôm sau những bước chân nhẹ nhàng đánh thức Thân dậy. Một thau nước sạch đã để sẵn cho chàng rửa mặt. Khi Thân đã chỉnh tề bước ra nhà khách thì đã thấy bà cụ ngồi nhai trầu bỏm bẻm và hai cô con gái đã ngồi vào khung cửi, một loại khung dệt vải rất đơn sơ mà chàng từ lâu đã không còn thấy. Lại một điều khiến Thân kinh ngạc. Cả ba mẹ con cụ đã mặc vào người những bộ đồ toàn màu trắng tinh khiết. Thân được mời uống trà. Trà ngon và hương vị rất thanh. Thân cảm thấy tâm hồn lâng lâng như vừa làm xong một bài thơ ưng ý.

- Đây là một làng dệt.

Bà cụ nói với khách.

- Chúng tôi vẫn cố giữ nghề truyền thống của tổ tiên dù bây giờ chỉ còn lại mấy gia đình.

Hai cô con gái vẫn đưa thoi thoăn thoắt. Thân xin phép đi ngoạn cảnh nhưng ngang nhà nào cũng đều thấy mọi người bận bịu, chàng lại quay về với một nhận xét là có lẽ ở thôn Phù Dung này mọi người đều mặc đồng phục!

Trưa hôm ấy Thân lại bổ sung thêm cho nhận xét ấy là không những họ mặc đồng phục mà còn mặc đồng phục theo giờ. Hình như buổi sáng sớm là lúc mọi người phải mặc y phục màu trắng, trưa màu hồng phấn còn chiều, trước lúc ngủ thì mặc màu đỏ tươi.

Tối hôm ấy, Thân đã có một chủ định. Khi cô con gái lớn một lần nữa đưa chàng đến trước cửa phòng thì chàng liều lĩnh nắm thật chặt tay nàng rồi nói nhanh:

- Anh thương em quá. Thương ngay từ giây phút đầu tiên. Em xin phép mẹ cho anh được ở lại đây luôn nghe!

Cô gái hoảng hốt rút nhanh tay lại nhưng vì chàng nắm quá chặt nên nàng năn nỉ:

- Đừng anh! Buông tay em ra. Mẹ rầy chết!

Chàng đành buông ra một cách tiếc rẻ. Da thịt nàng mịn màng và mát rượi. Nàng bỗng nói:

- Em hiểu lòng anh lắm. Nhưng mọi sự là do mẹ quyết định. Anh hãy thưa lên cùng mẹ. Nhưng hai ta khác nhau nhiều lắm!

- Anh chưa bận bịu gia đình. Anh sẽ ở đây vĩnh viễn cùng em. Đây chính là nơi anh hằng mong ước được sống để tránh xa chốn đô hội phù phiếm ngoài kia! Chàng hùng hồn nhưng thành thật.

- Anh không hiểu hết được đâu! Nàng trả lời một cách bí ẩn – Nhưng em không thể nói chuyện lâu với anh được vào giờ này. Em phải về phòng mình.

Nàng chạy vụt đi. Thân nghe lòng bồi hồi vì nghĩ chắc khó mà ngủ được vì những con sóng tình đang cuồn cuộn trong lòng. Thế nhưng vừa nằm xuống giường là mắt chàng đã díp lại ngay.

Ngay hôm sau, chàng đem nỗi lòng mình thưa lên bà cụ. Cụ bảo:

- Ta già rồi. Có được rể như cháu hẳn là có phúc. Nhưng không biết rồi đây mọi chuyện sẽ ra sao!

Nhưng rồi thấy chàng năn nỉ quá mà cô con gái lớn cũng quyến luyến, bà cụ nhận lời cầu hôn. Lòng Thân tràn ngập một cảm giác hạnh phúc chưa từng có dù là lúc đó, với một chút lý trí còn lại, chàng vẫn biết mình đang rơi vào mợt cơn mê muội hay hoang tưởng trong vùng đất của ảo giác?

Họ bắt đầu chuẩn bị cho hôn lễ, thế nhưng cái ngày hạnh phúc nhất ấy chưa đến thì đã xảy ra một biến cố. Một buổi sáng sớm, vừa thức dậy, Thân đã thấy trước cửa xôn xao mấy người hàng xóm. Họ đang bàn luận một điều gì đó mà mặt bà lão thì biến sắc còn vị hôn thê của chàng nước mắt đầm đìa. Khi những người hàng xóm vừa về, bà cụ kêu chàng đến ngay và bảo:

- Không thể được rồi. Xin cháu hãy trở về nơi trước kia cháu đã đến đây. Tai họa sắp giáng xuống thôn chúng tôi vì chuyện này. Ta rất buồn nhưng không thể còn cách nào khác hơn!

- Tai họa ? Tai họa nào ? Xin bác vì cháu mà đừng xua đuổi. Cháu sẽ chết mất nếu phải về với cuộc sống ngoài kia. Sẽ không thể nào chịu đựng nổi khi phải xa cách bé Hai!

- Cháu không hiểu hết hậu quả của việc này đâu. Ta rất tiếc nhưng cuộc hôn nhân này sẽ không thành được. Bé Hai con hãy đưa khách về giúp mẹ!

Cô gái nước mắt lưng tròng kéo tay chàng bảo:

- Nếu thương em thương mẹ thì anh hãy về ngay. Em cũng yêu anh ngay từ ngày đầu nhưng bây giờ thì hết rồi. Dù anh về em có ở lại thì cũng như đã chết đi mà thôi!

- Tại sao anh phải về khi anh tự nguyện ở lại đây? Anh không hiểu? Chàng nghẹn ngào.

- Rồi anh sẽ hiểu khi đã về đến nơi anh đã ra đi! Còn ngay bây giờ thì không còn cách nào khác. Anh phải rời khỏi đây ngay để cứu mẹ con em, cứu thôn Phù Dung này!

Thấy nàng quá khổ tâm nhưng vẫn cương quyết như vậy nên Thân đành từ biệt bà cụ, cô em gái nhỏ rồi cùng bé Hai lên đường. Đến trước cổng làng thì nàng bảo:

- Chúng ta chia tay ở đây. Mong anh hạnh phúc!

- Không! Chàng ôm chặt lấy nàng, phút giây ấy chàng lờ mờ hiểu nàng không thuộc về thế giới con người đầy hệ lụy – Anh van em, anh chưa bao giờ hạnh phúc nơi anh đã sinh ra và sẽ không bao giờ tìm được nó khi đã mất em. Hãy cho phép anh trở lại!

- Anh ơi! Hãy thông cảm cho em. Điều này là không thể. Cả gia đình em, cả thôn Phù Dung chắc sẽ bị tàn sát nếu chấp nhận anh. Anh mau về đi. Em cũng không sống được vì thiếu anh đâu!

Nàng móc trong túi áo trao cho chàng một vật gì đó đã gói kín và bảo:

- Anh hãy giữ vật này. Đây là tình yêu của em, là trái tim đã thuộc về chàng!

Nói xong nàng khóc ngất lên và thật bất ngờ xô mạnh vai chàng. Thân thấy mình té nhào vào một bụi rậm và lọt qua bên kia.

Chàng vội đứng lên, tìm gọi nàng nhưng không còn thấy nàng đâu nữa. Bốn bề hoang vắng. Nơi họ đứng chuyện trò khóc lóc lúc nãy chẳng thấy chiếc cổng làng nào bằng gỗ mà chỉ thấy một cây đa, cành lá và rễ phụ um tùm.

Chợt nghe tiếng lao xao từ phía sau, chàng vội ngoảnh lại. Cách chàng một khoảng rất xa có nhiều người đang làm một việc gì đó giống như họ đang phát rẫy. Chàng vội vạch cây lá đi về hướng đó và khi đã khá gần chàng nghe họ vừa phát cây, bụi rậm vừa gọi tên chàng í ới.

- Tôi đây! Chàng la lên.

- A ! Đây rồi!

Họ mừng rỡ xúm ngay lại. Có cả người bạn của chàng. Ai cũng tranh nhau hỏi mấy ngày nay chàng đã đi và ở những đâu? Và làm sao quay về được?

Chàng chỉ trả lời qua loa rồi theo bạn trở về. Đến nhà chàng mới kể hết tất cả cho người bạn nghe. Nhà thơ bảo:

- Nghe giống chuyện liêu trai quá. Hay là tại anh đi lạc mấy ngày nên đói lả mà sinh ra ảo giác?

- Không, tất cả đều rõ ràng như chúng ta đang ngồi nói chuyện ở đây. Thậm chí nàng còn tặng tôi một kỷ vật nữa.

Chàng vừa nói vừa móc cái gói mà nàng trao lúc chia tay. Họ mở ra. Trong ấy là một đóa Phù Dung vẫn còn tươi roi rói.

Người bạn nhà thơ sững sờ. Dù anh ta vẫn không tin lắm nhưng cả anh ta lẫn mọi người, không ai có thể giải thích được là tại sao Thân đi lạc đã mấy ngày mà thần thái vẫn không thay đổi, y phục vẫn chỉnh tề?

Mấy hôm sau, hai người quyết định đi tìm lại nơi mà Thân đã gặp hai cô gái kia. Họ chỉ thấy toàn là lau sậy và bụi rậm bạt ngàn. Người bạn muốn trở về nhưng Thân nhất định phải tìm cho ra cái nơi mà chàng vẫn tin là có thật kia. Chợt chàng nhìn thấy ngọn của cây đa và cứ nhắm hướng ấy mà xông tới, người bạn thơ đành theo sát phía sau. Họ vượt qua một khoảng đất bằng phẳng.

Trong khoảng đất ấy, có năm bụi Phù Dung tươi tốt mà bụi nào cũng đang nở hoa. Lúc ấy đã gần trưa nên những cánh Phù Dung đã đổi từ màu trắng sang phơn phớt hồng.

Thân lặng người. Chàng tiến đến một gốc Phù Dung ở giữa. Gốc Phù Dung ấy do ba cây nhỏ hợp thành nhưng chỉ có hai cây đang ra hoa còn một cây thì héo rũ như vừa bị chết!

Thân và người bạn thơ thẩn một hồi rồi buồn bã quay về. Cả ngày chàng lấy đóa Phù Dung kỷ vật ra ngắm. Nó dần dần héo đi và hôm sau thì rã ra từng cánh khi tay chàng chạm đến...

Mấy ngày sau, qua một bô lão trong làng, Thân được biết cách bờ sông này chừng một cây số, mấy mươi năm trước có một làng nhỏ sống bằng nghề dệt truyền thống. Khi cuộc chiến tranh biên giới Tây Nam nổ ra, làng dệt phải sơ tán nhưng vẫn còn mấy gia đình ở lại. Rồi một hôm, một đám quân khát máu đã vượt biên giới, tiến vào tàn sát cả làng, mà phần lớn chỉ còn toàn là phụ nữ và trẻ em.

Câu chuyện ấy càng làm cho Thân buồn hơn, chàng liền từ giã bạn. Hành trang trở về của Thân chỉ có một cuốn sổ, dùng làm bản thảo chép thơ. Trong cuốn sổ ấy, giữa những bài thơ buồn là những cánh Phù Dung đã héo...

TƯỚNG CỤT ĐẦU

Cộp! Cộp! Cộp! Cộp! Cộp! Cộp!

Tiếng vó ngựa phi dồn dập trên đường, tất cả mọi người đều biết thời khắc này đúng là nửa đêm và ngày mai nhất định trời sẽ mưa!

"Đại tướng quân đang đi tuần! Tội nghiệp Ngài!". Các vị bô lão trong làng thầm thì với con cháu như vậy. Thầm thì một cách kính cẩn. Nhiều người còn đốt hương trên bàn thờ lâm râm khấn vái. Đám trẻ nít, nếu còn thức, co rúm người lại, nhào vào lòng ông bà, cha mẹ, chui vào chăn nhưng vẫn hé hé mắt ra nhìn và nín thở nghe ngóng. Những thanh niên trai tráng dạn dĩ hơn khi nghe tiếng vó ngựa dồn dập mỗi lúc một gần trên đường thì hé liếp cửa nhìn ra màn đêm đen mịt mù. Còn những đêm trăng mờ, trong ánh trăng run rẩy giữa làn sương và khí núi huyền hoặc, họ trông thấy vụt qua cửa nhà mình một hình nhân đang phi ngựa. Một hình nhân mặc áo giáp chiến binh, cầm giáo dài. Một vị tướng, nhưng rùng rợn ở chỗ đó là một vị tướng cụt đầu!

Tất cả mọi người dân trong làng đều biết câu chuyện này dù nó đã xảy ra cả thế kỷ trước, bởi cái kết cục bi thảm do thói nghi ngờ ấu trĩ của con người đã diễn ra ngay tại đây!

Đó là chuyện ông Hồng Lô Nguyễn Hiệu, vì hưởng ứng chiếu Cần Vương đã rút quân về vùng núi Trung Lộc, lập căn cứ đánh Tây. Trung Lộc là một thung lũng rộng, bao phủ xung quanh là những ngọn núi cao hiểm trở. Thời ấy chỉ có một con đường độc đạo dẫn vào tổng. Một con đường đèo mang một cái tên đủ nói lên sức hiểm trở của nó: Đèo Le!

Với vị trí địa lý hiểm trở như vậy, ông Hồng Lô Nguyễn Hiệu đã xây dựng một căn cứ quân sự vững chắc. Nghĩa quân của ông chỉ trang bị vũ khí thô sơ là giáo mác. Oai nhất, là niềm tự hào của căn cứ, là một khẩu thần công được tôn xưng là "Thần Công Đại Tướng Quân". Đây là loại súng được đúc từ những triều Nguyễn đầu tiên. To lớn, nặng nề, nòng dài, và đạn là những viên tròn to, đúc bằng gang!

Thanh thế quân khởi nghĩa ngày càng lớn mạnh. Dựa vào vị trí hiểm trở, Hồng Lô Nguyễn

Hiệu đã đem quân phục kích những toán quân Pháp đi lẻ tẻ và thu nhiều thắng lợi. Tất nhiên đây là những thắng lợi nhỏ, thế nhưng chỉ riêng nội việc hưởng ứng chiếu Cần Vương thôi, Hồng Lô Nguyễn Hiệu đã vang danh thiên hạ. Khi vua Thành Thái bị bắt và bị người Pháp đưa đi đày, triều đình ra lệnh ông bãi binh, thế nhưng ông chống lại, phẩy tay bảo sứ giả:

- Về đi! Ta chỉ bãi binh khi không còn lũ giặc Tây Dương trên đất nước này. Cành vàng lá ngọc như Đức Kim Thượng mà còn phải bôn ba, giờ lại chịu đày ải nơi xứ lạ quê người thì tấm thân này còn kể làm chi!

Bắt đầu từ đó dân chúng bỏ làng tự nguyện vào căn cứ rất đông. Nghĩa quân càng ngày càng lớn mạnh. Giặc Pháp bắt đầu chuẩn bị kế hoạch tấn công vào vùng kháng chiến. Chúng tổ chức những cuộc đi ruồng bắn súng, đốt phá thị uy và treo giải thưởng cao cho những ai lấy được đầu Nguyễn Hiệu.

Chính vào thời điểm ấy, vị chỉ huy dũng cảm quyết định tấn công bọn giặc cướp nước. Ông chọn một đêm tối trời để hành động. Nghĩa quân được lệnh xuất phát. Mục tiêu là đồn Trung Lộc. Nơi có một trung đội lính Pháp thường xuyên đóng quân và vẫn gây ra những cuộc tuần diễu, bắt bớ, hãm hiếp dân lành, đốt phá làng mạc.

Hồng Lô Nguyễn Hiệu cưỡi ngựa, đầu chít khăn đỏ dẫn đầu đoàn quân. Ngay sau ông là đội pháo binh đẩy súng thần công một cách khó nhọc qua những con đường dốc đứng.

Họ đi một cách bí mật để tạo thế bất ngờ. Đồn Trung Lộc đã hiện ra, mờ mờ trong đêm. Khẩu thần công được đưa càng lúc càng gần mục tiêu. Đồn đã nằm trong tầm đạn. Chuẩn bị! Lắp đạn! Khai hỏa!

"Ầm!". Một tiếng long trời lở đất. Thần Công Đại Tướng Quân gầm lên. Tia lửa lớn khạc ra. Viên đạn gang rít lên bay về phía đồn. Nhưng... viên đạn đã không tới mục tiêu. Nó rơi trước sân đồn tạo ra một va đạp mạnh giữa gang và... đất rồi nằm im! Quân Pháp sau phút đầu kinh hoàng bạt vía vì tiếng nổ đã bắt đầu phản công bằng những loạt súng trường. Xung phong! Tiến lên diệt bọn Tây Dương! Tiếng của Hồng Lô Nguyễn Hiệu sang sảng giữa trận tiền. Thế nhưng chỉ với giáo mác thô sơ cộng với một khẩu thần công bắn đạn gang, quân khởi nghĩa dù dũng cảm đến đâu vẫn không thể nào chiếm được đồn Pháp với súng trường và công sự kiên cố được lập cho một cuộc chiến lâu dài!

Quân khởi nghĩa bị tổn thất khá nặng. Sợ trời sáng quân địch sẽ phản công mạnh hơn, Hồng Lô Nguyễn Hiệu ra lệnh rút quân. Cuộc tấn công bất thành, thế nhưng tiếng vang của nó lan rộng trong toàn quốc. Danh tiếng Hồng Lô Nguyễn Hiệu trở thành niềm kính phục cho toàn dân và nỗi hãi hùng cho giặc Pháp. Nhiều danh sĩ và tướng tài vùng xuôi biết tài ông nên đã tìm cách về đầu quân cùng chống giặc. Một hôm Nguyễn Hiệu nhận được một bức thư xin được nhận ông là thủ lĩnh. Người viết thư là một tướng trẻ của triều đình nay đang sắp sửa nhận lệnh phải liên quân cùng giặc Pháp và vì vậy ông ta muốn đem toàn bộ đội quân của mình về căn cứ kháng chiến. Cảm phục lòng dũng cảm của Hồng Lô Nguyễn Hiệu, không đồng ý với thái độ hòa hoãn của triều đình, vị tướng trẻ này xin được trở thành quân khởi nghĩa.

- Người ra hậu trại nghỉ ngơi. Ta sẽ phúc đáp sau!

Nguyễn Hiệu bảo với người mang thư như vậy rồi vào trướng bàn bạc với những mưu sĩ của mình. Thời khắc nặng nề trôi qua. Sau đó ông ra, thảo một bức thư, mời duy nhất vị tướng trẻ kia lên căn cứ để cùng bàn bạc trước khi nhập hai đạo quân vào làm một.

Mấy ngày sau dân làng, nơi tiếp cận với căn cứ, nhìn thấy một vị tướng trẻ kiêu dũng cỡi trên lưng con ngựa ô phi vùn vụt qua làng. Vó ngựa dồn dập trên đường làm tung ra từng đám bụi mù rồi khuất dần sau hẻm núi dẫn vào khu vực của nghĩa quân chiếm đóng.

- Một vị tướng như vậy mà về đầu quân cho ngài Hồng Lô thì quân ta sẽ chỉ có chiến thắng thôi!

Các cụ già đắc ý vuốt râu nói chuyện với nhau. Thế nhưng ngay trong đêm ấy, vào lúc nửa đêm, họ lại nghe tiếng vó ngựa phi dồn dập và có cả những tiếng thét dài rùng rợn. Tiếng thét như căm phẫn vì một nỗi hàm oan!

Cả dân làng hốt hoảng. Tiếng có ngựa vẫn phi dồn dập qua làng. Họ chạy ra xem và rụng rời hốt hoảng quì sụp xuống.

Hiện ra trước mắt họ như một giấc mơ bi tráng là vị tướng kiêu dũng đang phi vùn vụt trên lưng con ngựa ô. Nhưng vị tướng đã mất đầu!

Ngày hôm sau trong căn cứ phát tang. Đích thân Nguyễn Hiệu làm chủ tang cho vị tướng trẻ mà ông đã ra lệnh cho nghĩa quân mai phục ở hẻm núi giết chết trên đường ông ta trở về. Những nguồn tin lọt ra từ căn cứ địa cho mọi người biết rằng chính những mưu sĩ của

Nguyễn Hiệu đã không tin tưởng ở vị tướng kia. Họ cho rằng ông ta trá hàng để làm nội công cho quân Pháp đánh úp căn cứ. Nguyễn Hiệu tin lời họ và giết ông ta.

Thế nhưng linh hồn anh linh của người dũng tướng đã làm ông thức tỉnh. Nhưng cũng như mọi sai lầm nghiêm trọng khác, sự thức tỉnh ấy đã muộn!

Từ ngày đó, thỉnh thoảng dân làng nghe tiếng ngựa phi dồn dập lúc nửa đêm. Ra xem thì chính là vị tướng cụt đầu cùng con ngựa ô to lớn. Thế nhưng không hiểu sao mỗi lần như vậy cứ y như là ngày mai trời sẽ có mưa rất lớn. Thời gian trôi qua. Mọi sự dần thay đổi, Hồng Lô Nguyễn Hiệu vẫn vang danh thiên cổ dù cuộc khởi nghĩa bất thành nhưng ít ai biết đến câu chuyện bi thảm về người dũng tướng kia ngoại trừ dân làng tôi, một cái làng nhỏ nằm ép mình bên dãy núi cao nơi ngày xưa là chiến khu Trung Lộc.

GIỮA TRẦN GIAN VÀ ĐỊA NGỤC

Gió đêm thổi tung những hạt mưa vừa vỡ trên đường. Trời lạnh. Người đàn bà co ro trong bộ đồ mỏng lê chân về phía khoảng tối trên vỉa hè. Đã quá khuya. Từ trên hàng cây cao trong công viên những hạt nước lớn rơi lộp độp. Gió tạt vào vách tường cũ. Gió cũng u ám. Thời tiết xấu quá. Chẳng còn hy vọng gì...

Sau lưng người đàn bà ánh đèn quán rượu vẫn sáng mờ ảo. Nơi ấy, cái nơi mà mấy phút trước đây ả đã bị tống ra không chút xót thương vì quy luật đào thải, tức là vì những con bé mới lớn, những con bé chưa chớm tuổi thành niên nhưng đã vú nở chân dài. Nơi ấy, so với vỉa hè lạnh cóng này là một thiên đường, dù là thiên đường của quỉ Sa tăng!

Người đàn bà rùng mình, nghĩ đến một đêm dài với cái dạ dày cồn cào vì đã quen ăn đêm. Ả đưa mắt nhìn về phía trước, nơi cả con đường tối mờ mờ vì hầu hết bóng đèn đường đã bị gỡ trộm. Công viên đã đóng cửa im im. Người đàn bà đi qua vùng sáng tối mờ ảo đó và dừng lại dưới gốc một thân cây lớn. Gió càng lúc càng mạnh hơn. Ả nép vào thân cây. Vỏ cây ẩm lạnh, xù xì càng khiến ả nhớ đến những căn phòng khách sạn ấm cúng và tự dưng có cảm giác như mình đang đứng giữa một vùng hoang vu. Thành phố đã ngủ yên hay ả đã đi lạc vào một miền đất vắng?

Người đàn bà rùng mình. Cái cảm giác ấy làm ả thấy lạnh cóng.

Đành phải về! Nhưng mà về đâu?

Hình như có tiếng chân đang đi về phía ả. Mưa cũng đã ngớt hạt. Người đàn bà quay về phía có tiếng động lòng đầy lên nỗi hy vọng. Một bóng đen cao lớn từ trong bóng tối hàng cây bước ra. Hắn nhớn nhác như đang tìm kiếm ai. Đúng là khách chơi. Người đàn bà bước một bước dài ra khỏi gốc cây để chờ sẵn. Cái bóng cao to đã đến gần. Đêm đen mịt mù nhưng cả hai đều biết là người này đang tìm kiếm người kia. Người đàn ông trùm kín mình từ đầu tới chân bằng một chiếc áo khoác màu tối. Gã đã lên tiếng:

- Đi không?

Người đàn bà gần như lao ra sau câu mời mọc đúng điệu ấy. Ả đã quá lạnh, quá sợ hãi và quá thất vọng đến nỗi điều mà ả chờ đợi bây giờ không nhất thiết là những tờ giấy bạc mà chỉ đơn giản là một nơi nào đó có thể sưởi ấm, có thể ăn chút ít. Và ngay giờ đây, trong lúc tìm cách túm chặt lấy cái mà mình chờ đợi, ả vẫn cảm giác rằng nó rất mong manh!

Ả lại rùng mình khi gặp một bàn tay lạnh băng. Cánh tay ấy đưa ra và một bàn tay mạnh mẽ chộp lấy ả lôi đi. Cả hai đều im lặng và bước dần vào vùng bóng tối đặc quánh. Cái cảm giác hoang vắng trong người đàn bà lại đến kèm theo nỗi sợ hãi ngày càng tăng. Bỗng dưng ả có cảm giác như mình đang đi xuống dốc và con đường dưới chân lởm chởm đá.

Khu vực này làm gì có con đường như vậy? Người đàn bà nghĩ thầm và nghi ngờ nhìn lên người khách của mình. Chẳng thấy gì ngoài một bóng đen u ám. Cố nén sợ, người đàn bà kéo tay gã:

- Anh ơi, mình đi đâu đây?

- Đi đến nơi mà cô cần phải đến!

Giọng nói của gã đàn ông lạnh như băng tạt vào mặt làm ả lảo đảo. Nhưng ả vẫn gắng gượng:

- Anh cần phải cho tôi biết là đưa tôi đến đâu chứ?

Vẫn cái giọng giá lạnh:

- Rồi sẽ đến lúc thích hợp để cô biết!

Người đàn bà quá sợ hãi và lại rùng mình, giọng ả lạc đi:

- Thôi, tôi không đi! Không đi nữa. Tôi cần phải trở về!

- Trở về à? Nghĩa là cô muốn nói về lại trần gian? – Gã gằn giọng và tiếng của gã như tiếng rít – Làm sao cô lại có cái ý tưởng như vậy. Có lẽ cô chưa biết tôi là ai?

- Ông là ai?

- Là người dẫn độ những linh hồn lang thang về nơi của họ!

Người đàn bà hốt hoảng, co rúm người và dừng lại. Ả liếc nhanh gã đàn ông và bắt đầu run lập cập:

- Ông ơi, ông đừng nhát tôi. Ông hãy cho tôi về!

- Hừ, tôi hoàn toàn không có ý nhát cô. Tôi đang đưa cô "về" đây. Vì nhiệm vụ!

Giọng gã có hơi trầm xuống hoặc là người đàn bà nghe thấy như vậy bằng ảo giác.

- Cô sợ hãi? Vậy sao cô đồng ý khi tôi hỏi "đi không" và theo tôi?

- Đó là... đó là...

Người đàn bà ngắc ngứ. Hắn ta đùa hay thực? Con người như vậy lẽ nào không biết xài tiếng lóng? Nhưng có điều rõ ràng là thành phố này đã biến mất như bị ma thuật. Cánh tay cứng lạnh như sắt lại khóa chặt lấy tay ả và lôi đi. Con đường vẫn dốc xuống...

Người đàn bà chết lặng, phó mặc cho hắn. Ả nghe gió hú từng cơn mỗi lúc một rùng rợn. Được một quãng không lâu lắm, cánh tay kia buông ả ra nhưng ả vẫn nhắm nghiền mắt vì sợ. Lại tiếng nói khàn khàn và lạnh lẽo:

- Sắp đến nơi rồi. Qua chiếc cầu kia sẽ là địa phận của thành Uổng Tử. Đó là nơi cô phải ở lại!

Người đàn bà mở hé mắt ra và thấy một màn sương trắng đục bao trùm hết xung quanh. Ẩn hiện sau màn sương ấy đúng là có một chiếc cầu. Giờ thì ả không biết mình ở đâu, còn sống hay đã chết. Mọi việc cứ như một cơn mộng hãi hùng. Thành Uổng Tử? Cứ như chuyện đời xưa!

Đó là nơi giam cầm những linh hồn chết bất đắc kỳ tử. Và như vậy, hắn, kẻ đã đưa ả đến đây phải là Quỷ Vô Thường?

Ngay lúc ả dần hoàn hồn và suy nghĩ như vậy thì đôi tay như chiếc còng sắt ấy lại móc vào tay ả và lôi đi. Lát sau, gã đàn ông buông tay ra và bảo:

- Ở đây chỉ chứa những linh hồn lang thang, những linh hồn chưa sa vào địa ngục nhưng trần gian cũng không chấp nhận. Ngay chính tôi cũng không có quyền và không dám vào đó!

Trước mặt người đàn bà đã hiện ra một bức tường cao và họ đang đứng đối diện với một chiếc cổng sắt nặng nề. Cánh cửa lạnh lùng bật mở. Một cách vô thức, người đàn bà nép vào cái thân xác to lớn lạnh lẽo mà giờ ả đã biết chính là quỷ sứ ấy nhưng hắn bỗng xô ả ra một cách thô bạo. Sầm! Cánh cửa đã khép lại sau lưng ả.

Người đàn bà té sấp xuống nền đất nhớp nháp. Vậy là mình đã chết so với cuộc đời trên kia? Nhưng mình lại rơi vào một nơi được gọi là "giữa trần gian và địa ngục", cái nơi mà chính quỷ sứ cũng chẳng dám bước chân vào!

Một chuỗi cười ma quái bỗng vang lên bên tai ả. Người đàn bà vừa hé mắt ra đã vội vàng nhắm chặt lại và suýt ngất đi. Ả vừa trông thấy những hình hài bất thành nhân dạng như trong một bộ phim kinh dị.

Soạt! Một bàn tay lạnh lẽo nào đó vừa nắm lấy vạt áo ả và giật mạnh. Người đàn bà co rúm người lại, ả há miệng tính kêu gào thật to lên theo thói quen như bị tụi ma cô trần gian trấn lột, nhưng tiếng kêu đã tắc nghẹn trong cổ họng.

Soạt! soạt! – Phải lột cho sạch tất cả những gì mà nó mang vào đây!

Những tiếng cười, tiếng gầm gừ, tiếng thét trộn lẫn vào nhau thành một chuỗi âm thanh chói tai. Khi người đàn bà cảm thấy không còn một thứ gì khác ngoài thịt da của mình thì ả nghe một giọng nói ồ ề cất lên:

- Hãy đứng dậy và mở mắt ra, bởi từ đây mi đã là thành viên của Uổng Tử thành. Nơi đây luật là kẻ ác. Hãy nhớ cho kỹ điều đó.

Trong phút giây ấy, dù vẫn còn nhắm mắt và nằm co quắp trên nền đất nham nhở, nhưng như trong ánh chớp của sự thức ngộ, người đàn bà bỗng nhớ lại tất cả. Từng năm tháng cuộc đời quay cuồng hiện ra, nối tiếp nhau qua đi. Những ký niệm thơ ấu êm đềm, biến cố gia đình trong thời thiếu nữ, rồi tiếp đó là những tháng ngày cay đắng và tủi nhục, bị sang tay và mua bán như một món hàng... Tất cả, tất cả xoáy tròn như cơn lốc trong lòng người đàn bà, bật thành một lời khẩn cầu: "Hãy trả tôi về với trần gian, hoặc cho tôi chết hẳn đi để được vào địa ngục!"

Nhưng cánh cửa oan nghiệt đã khép lại. Mọi con đường đều bị chắn lối!

II.
NGÀY CỦA TUỔI HAI MƯƠI

Có một đêm anh nằm mơ thấy nàng và điều đó đã làm anh tỉnh lại nhưng vẫn không thể nào cựa quậy được bởi bị nỗi cô đơn của chính mình trói chặt. Khi đã tỉnh hẳn với đôi mắt mở lớn, qua ánh sáng lờ mờ của ngọn đèn bếp luôn sáng thâu đêm từ bên dưới hắt lên anh dần nhìn thấy mái nhà lợp tôn xi măng nơi tiếp giáp vách tường có một lỗ thủng lớn có lẽ là do mèo nhảy tạo thành.

Vậy là anh đã ngủ mà không giăng mùng một điều rất ít khi xảy ra vì anh có thói quen phải ngủ dưới bóng một cái gì đó!

Và rồi anh dần nhớ lại buổi chiều ấy anh đã đi nhậu đến say mềm với người bạn vong niên thân nhất của mình, một nhà thơ chuyên làm những bài lục bát điêu luyện về vần như

Truyện Kiều nhưng ý tứ lại tân kỳ đúng như thi ca hiện đại.

Anh còn nhớ lại là trong cơn say, anh đã giành lấy mi-cro từ trong tay cô tiếp viên mũm mĩm và yêu cầu người nhạc công đang chơi cây đàn Organ điện tử hãy chuyển nhạc đệm về điệu slow cung mi thứ để hát bài "Một cõi đi về" của Trịnh Công Sơn.

Anh còn nhớ là mình đã hát say sưa đến nỗi cứ hát đi hát lại bài hát đó trong lúc người bạn nhà thơ đứng dậy cùng với cô tiếp viên của mình đi vào phòng vệ sinh. Người nhạc công có lẽ đã quen với cách hát như vậy của bất kỳ một gã say nào nên bằng kinh nghiệm của mình lẳng lặng cài tự động để cây đàn điện tử chơi đi chơi lại hoài một khúc nhạc đệm rồi êm ái rời phòng và khi anh mở mắt ra sau một nốt luyến thì anh ta đã khép cửa lại biến mất như có phép đi xuyên tường. Sau đó cô tiếp viên ngồi cùng anh bằng một vẻ lễ phép giả tạo đã đứng lên xin phép anh rời bàn sau khi đã áp vào hông anh bộ ngực đồ sộ của mình một cách nghề nghiệp.

Anh không còn nhớ là mình đã hát bao nhiêu lần cái bài hát đó và khi chất cồn của những lon bia ngấm vào trong máu thì anh đã gục đầu xuống bàn say mê mệt đến mức được đưa về nhà mà vẫn không hay biết gì. Như phần lớn những người có tửu lượng kém mà bất ngờ nổi cơn lên uống khá nhiều, khi thức dậy anh cảm thấy đầu mình đau buốt và nặng trĩu.

Anh cố tìm cách thoát khỏi tình trạng bị trói chặt bằng cách cố sức nhúc nhích một ngón tay nhưng vô ích. Bỗng nhiên ngay trong lúc cố gắng tìm cách tỉnh lại anh chợt ý thức rằng mình lại bắt đầu ngủ và tiếp tục nằm mơ thấy nàng, lúc này chỉ mơ thấy khuôn mặt.

Đó là nàng của hơn mười lăm năm về trước với mái tóc không bao giờ chịu để dài dù anh rất thích những cô gái tóc dài có đôi lần đã yêu cầu nàng để tóc như vậy.

Đó là chiếc mũi hơi lớn của nàng mà những người bạn trai của anh vẫn thường gọi là "người tình mũi lân" để trêu chọc dù đó là một chiếc mũi thẳng khá đẹp.

Đó là đôi mắt một mí hơi u buồn thường cụp xuống khi anh giận với một vẻ cam chịu nhưng sau này anh hiểu rằng nhận xét ấy hoàn toàn do một cảm tính sai lệch bởi nàng, dù rất mau nước mắt và đôi lúc tỏ thái độ phục tùng nhưng lại là con người sắt đá trong những quyết định có tính quyết định.

Khi anh lại thức dậy lần thứ hai, đầu anh tuột khỏi gối và nhờ đó thoát khỏi cái mà nhiều người gọi là bị bóng đè. Anh chới tay trên sàn gỗ và ngồi dậy rồi lại trườn mình tìm bật công tắc đèn. Căn phòng sáng lên nhanh chóng nhưng sự bừa bộn được bày ra chỉ làm anh cảm nhận sâu sắc hơn sự cần thiết của bàn tay đàn bà. Tại sao mình không lấy vợ khi đã gần bốn mươi? Câu hỏi không chỉ là của riêng anh lại chập chờn hiện lên trong trái tim đa cảm và cũng như hàng ngàn lần phải đối mặt với câu hỏi ấy tâm trí anh lại quay về với câu chuyện của mình thời trai trẻ.

Ngày đó anh hai mươi tuổi còn nàng mười chín và phải chăng vì cái tuổi mười chín ấy mà sau này anh thường cảm thấy thích những cô gái mười chín tuổi dù là anh đang hai lăm, hai tám, ba mươi hay đã chớm bốn mươi như bây giờ?

Phải, ngày đó nàng mười chín tuổi và đã được khá nhiều chàng trai tán tỉnh và bị cuốn hút bởi cái nét duyên thầm rất đặc biệt mà đến bây giờ anh vẫn không hiểu được nét duyên ấy là từ đâu cũng như anh rất khó lý giải vì sao nàng yêu anh. Nhưng thực ra lý giải chuyện một cô gái vì sao yêu anh này mà lại không yêu anh nọ cũng ngớ ngẩn như cái cách sau này anh thường tự hỏi là vì sao mình thích viết đủ thứ chuyện phơ phất trên đời mà không thể làm thơ?

Vậy là ngày đó họ yêu nhau. Mới đầu tình yêu ấy trong sáng theo cái cách mà anh cho rằng cần phải vậy. Anh chỉ dám hôn nàng dù rằng bắt đầu bằng những chiếc hôn nhẹ trên má rồi những cái hôn sâu và nồng nhiệt đến độ răng họ va vào môi nhau đến bật máu. Thế nhưng chỉ có vậy...

Anh đã cố gắng đến mức cao nhất để kiềm chế bản năng đôi lúc lồng lên như một con ngựa điên giống như nàng cố kiềm chế cái ánh mắt yêu thương cứ lồ lộ ra mỗi khi họ nhìn nhau để cố giấu tình yêu của họ trước mọi người vì nàng sợ sẽ đến tai mẹ mình. Thế nhưng chẳng có ai giấu được cái điều không thể giấu và anh biết mẹ nàng đã kiềm chế lắm để khỏi chửi mắng cả anh lẫn nàng ngay cái ngày đầu tiên mà bà biết được họ yêu nhau.

Nàng, cũng như hai đứa em trai của mình không có cha và lúc ấy mẹ của nàng còn khá trẻ nhưng bà đã trải qua quá nhiều nỗi cay đắng vì ngây thơ trong trường tình. Những nỗi cay đắng khi nhìn người đàn ông đầu tiên mà mình yêu thương rồi đến người đàn ông thứ hai, thứ ba... đi qua cuộc đời mình mà không hề ngoái lại khi những giọt máu của họ đã hình thành và lớn lên khiến tích tụ trong lòng bà một mối hận đàn ông dai dẳng. Bà đâm nghi ngờ tất cả đàn ông trong khi ngày ấy, dù mới hai mươi hai tuổi anh lại gọi bà bằng chị và đã mang dáng dấp báo trước của một kẻ lang bạt bẩm sinh.

Rồi cái chất đàn ông trong anh trỗi dậy khi chính mẹ nàng là người đầu tiên đánh mất sự kiềm chế trong cái đêm của một ngày còn trong tết bà đã rình rập và bắt gặp cô con gái lợi dụng sơ hở của mẹ để đến nơi hẹn phía sau nhà văn hóa và hôn một cách điên khùng cái thằng đàn ông trẻ con mà bà biết bằng linh cảm của một người đàn bà luôn bị phụ tình rằng đấy là một kẻ chỉ đem đến điều bất trắc cho bất cứ người đàn bà nào.

Ngay lập tức bà lao vào giành lấy cô con gái từ tay anh và thẳng tay giáng cho hai kẻ đang điên lên vì yêu ấy những bạt tai được dồn nén từ bao nhiêu đêm nghiền ngẫm về nỗi bất hạnh của riêng mình. Sau đó bà lôi tuột cô đi, vừa lôi vừa mắng chửi nguyền rủa cái thằng mà bà cho rằng đã quyến rũ và lợi dụng sự ngây thơ của con gái mình trước sự hiếu kỳ của một đám đông đang bắt ghế tựa vào tường nhà văn hóa coi hát cọp đã đồng loạt quay ra vừa nhìn cái cảnh bi hài thật ngoài đời mà cười hô hố, khoái chí hơn cả coi trên sân khấu cải lương.

Sau chuyện ấy, suốt ba ngày liền họ không thể gặp nhau vì sự theo dõi quá gắt gao của người mẹ dù họ chỉ đang đi đứng nằm ngồi cùng với nỗi sầu khổ cách nhau không hơn hai mươi mét bởi căn nhà của người chị ruột nơi anh đang ở và nhận nhiệm vụ trông chừng nhà cho tất cả gia đình người chị đi ăn tết ở quê chồng gần như đối diện với căn nhà nàng trong một ngõ hẻm của phố chợ.

Đêm thứ tư và là đêm mồng bảy tết, đêm cuối cùng gánh hát lưu diễn còn ở lại phố chợ, đang nằm với nỗi đau buồn mà khi ấy anh đã bi kịch hóa nó lên vài mươi lần thì anh nghe tiếng xô cửa rồi tiếng thì thào gọi anh. Bật ngay dậy, xô ngã một chiếc bàn và hai chiếc ghế đẩu, anh lao ra đón nàng. Anh gần như lôi nàng một cách thô bạo về chỗ mình đang nằm sau khi đã đóng cửa thật chặt. Họ hôn nhau dài đến độ phải ngừng lại rất nhiều lần để hớp một ít dưỡng khí.

Sau cùng nàng xô anh ra và vừa khóc vừa nói rằng mình nhớ anh đến nỗi không kềm chế được và phải nhân lúc mẹ mình tiếp chuyện một ông đến tán tỉnh bà mà xin đi coi hát. Nàng không hy vọng gì mấy về điều này nhưng đáng ngạc nhiên là mẹ nàng đã đồng ý sau khi lôi con gái ra sau bếp hầm hừ:

- Con thề với mẹ là con không gặp thằng đó, không bao giờ con quan hệ với nó nữa đi!

Tất nhiên nàng đã thề để được rời khỏi nhà và sau khi mua vé vào xem hát trước sự chứng kiến của bà mẹ, nàng đã lén ra cửa hông trốn về đây với anh.

- Mẹ em đã ngủ rồi.

Nàng nói như vậy nhưng ngay trong lúc ấy anh bỗng cảm thấy dòng thác hờn tủi trào dâng trong tim mình. Nỗi tự ái của một kẻ còn lơ mơ trong trường đời xui anh đẩy nàng ra khỏi vòng tay của mình và nói lẫy rằng nàng hãy quay về ngay để làm vừa lòng mẹ và đừng bao giờ gặp anh nữa. Nàng lại tấm tức khóc, thề thốt rằng chỉ yêu một mình anh và hỏi anh nàng phải làm cách nào để cho anh tin vào điều ấy.

- Em chưa bao giờ thuộc về anh. Em tự do...

Anh trả lời như vậy, cố tình tạo một hơi hướm mỉa mai. Bỗng dưng nàng bật dậy và đi nhanh như một con mèo về phía cửa.

"Vậy là hết!" Anh nhủ thầm một cách chua xót nhưng vẫn không tìm cách giữ nàng lại. Nàng mở cửa và tai anh nghe có tiếng loảng xoảng của chùm chìa khóa nhưng lúc ấy gần như anh không chú ý vì phải cố kìm mình để khỏi bật lên khóc vì thất vọng trước sự thay đổi nhanh chóng của nàng. Thế nhưng chỉ ba phút sau đó, trong cái yên lặng gần như tuyệt đối của con hẻm vì hầu hết mọi người đã ngủ hoặc đi xem hát anh lại nghe tiếng bước chân nàng trở lại.

Vẫn nằm yên nhưng trong một trạng thái hạnh phúc, anh quan sát nàng đẩy cửa vào nhà, cẩn thận một cách quá đáng khi cài then và tiến tới chiếc giường nơi anh đang nằm bằng những bước chân có phần nghiêng ngả. Rồi nàng leo lên, nằm sát vào anh và ôm anh bằng hai cánh tay run run một cách khó hiểu.

- Làm sao cho anh tin em?

- Anh không biết.

Anh trả lời mà nghe như ai đó chớ không phải mình đang trò chuyện cùng nàng. Bỗng dưng nàng ngồi bật dậy và anh cứ ngỡ nàng lại bỏ về và chắc chắn lần này sẽ không quay lại nhưng rồi anh sững sờ, cuống lên nhưng không biết phải làm gì khi thấy trong ánh sáng của ngọn đèn 20W nàng đang tự cởi một cách dứt khoát những chiếc khuy nút của mình...

Thân hình trẻ trung, tròn lẳn của nàng lộ ra và khi hai cánh tay nàng vòng ra sau để cởi chiếc nịt ngực màu trắng thì anh bỗng cảm thấy một cơn ớn lạnh chạy qua sống lưng và run lên lập cập. Tấm tức khóc, nàng nằm xuống bên cạnh anh và nghẹn ngào nói:

- Tất cả cuộc đời em từ giây phút này thuộc về anh. Anh hãy lấy nó đi và đừng nói với em như vậy!

Anh vẫn run. Cho đến lúc ấy anh chưa bao giờ nhìn thấy một tấm ảnh phụ nữ khỏa thân chứ đừng nói gì đến người thật. Thân hình nàng ấm áp và vẫn rung lên nhè nhẹ và anh bắt đầu cảm thấy hai bầu vú thanh tân áp sát vào một bên sườn.

Những kiềm chế trong anh đã bị phá vỡ dù rằng nó bắt đầu bằng một cái ôm thật rụt rè vòng qua tấm lưng thon thả của nàng. Rồi cũng rụt rè như vậy bàn tay anh nhè nhẹ xoa lên gò ngực rắn chắc của nàng cho đến khi anh cảm thấy như thể có một cơn bão lớn tràn đến và sắp quật ngã mình. Nhưng khi cả hai đã hoàn toàn trần truồng và nàng đã thôi khóc mà chỉ còn hển hển thở giấu mặt vào ngực anh thì anh lúng túng thật sự bởi chẳng biết phải bắt đầu như thế nào trong lúc cái cảm giác như khi nằm mộng chuyện gối chăn càng lúc càng trở thành cao trào trong tâm trí đã rối mù lên.

Bỗng anh bật dậy, nằm đè lên người nàng rồi thở dốc lên, không còn biết gì nữa trong vòng mươi giây để sau đó tỉnh lại rất nhanh với một cảm giác xấu hổ và cay đắng. Nàng vẫn để yên cho anh nằm trên người mình, vòng tay ôm lấy lưng anh và tìm môi anh. Anh cảm thấy mình hồi phục rất nhanh, sau đó ngồi thẳng dậy và ngay lúc ấy hiểu ra cái cách thức phải làm của một người đàn ông. Khi anh tìm cách vào sâu trong nàng một cách khó khăn anh cảm nhận được sự đau đớn của nàng bằng tiếng rên khe khẽ mà sau này anh biết là do sự cố gắng chịu đựng chứ không phải do khoái cảm.

Nhưng chính ngay lúc ấy anh nghe tiếng gọi của mẹ nàng vang lên rõ mồn một gọi tên nàng thậm chí nghe cả tiếng bà đập cửa bên kia. Anh dừng lại nhưng nàng đã ôm siết lấy anh và nói thật rành rẽ vào tai anh: "Em khóa cửa rồi. Mẹ sẽ không ra được đâu!". Trong giây phút ấy anh hiểu tất cả, hiểu rõ một cách lạ lùng là nàng đã cầm ổ khóa từ nhà anh về khóa bên ngoài nhà nàng trong lúc mẹ nàng đang ở bên trong.

Anh đã yêu nàng như vậy, tuy không kéo dài nhưng trọn vẹn và suốt trong những năm của tuổi hai mươi khi làm tình với những người con gái khác anh vẫn thường nhớ lại cái lần đầu vụng về ấy, thậm chí tai anh còn nghe được tiếng thở khó nhọc của nàng lẫn trong tiếng đập cửa la hét của mẹ nàng vọng lên thật rõ rồi im bặt như thể có một bàn tay nào đó vừa kịp bịt miệng bà!

Sau đó nàng chỗi dậy, lúng túng mặc quần áo trong lúc một linh cảm mất mát cứ lẩn quất trong đầu óc anh và anh ngắm thân thể trần truồng của nàng một cách say sưa và tiếc nuối trong khi nó bị vải vóc làm khuất dần đi. Khi đã mặc xong quần áo, nàng để yên cho anh ôm mình hôn hít từ sau gáy rồi thì thầm vào tai nàng một câu sặc mùi tiểu thuyết tình cảm ba xu mà không hiểu sao ngày ấy anh lại cho là rất xứng đáng để nói với nàng:

- Cảm ơn em! Anh thề yêu em suốt đời!

Nàng trầm ngâm một lát rồi như sực tỉnh bảo với anh là mình cần phải về rồi chuồn người nhẹ nhàng ra khỏi giường, tiến về phía cửa. Anh ngồi dậy, không hiểu sao anh lại không tiễn nàng mà chỉ nghĩ ngợi về tình huống đột ngột vừa rồi nhưng chỉ một lát sau đó cái choáng ngợp hết tâm trí anh là cảm giác tự mãn khi vừa trải qua kinh nghiệm tình dục đầu đời.

Anh nằm yên trong căn nhà giờ đã hoàn toàn yên tĩnh và hồi tưởng lại từng chi tiết cuộc ái ân nhưng cũng ngay trong lúc ấy anh nghe mơ hồ như có một âm thanh rất khả nghi. Anh nhỏm dậy bước về phía cửa và cái âm thanh ấy rõ dần lên thành tiếng huỳnh huỵch.

Khi anh tập trung lắng tai nghe anh hiểu là nàng đang bị mẹ đánh bằng cán chổi như bà đã từng làm vậy. Có điều anh hoàn toàn không nghe một tiếng khóc than nào của nàng cũng không hề nghe tiếng của bà chửi rủa dù rất nhỏ. Cái âm thanh huỳnh huỵch ấy vọng ra đều đều như thể ai đó đang giã gạo bằng chày hoặc một võ sĩ đang tập đấm vào bao cát để luyện nắm đấm.

Đêm ấy hầu như anh không thể ngủ được và khi cái tiếng huỳnh huỵch kia lắng đi một khoảng thời gian ngắn ngủi thì anh nghe tiếng khóc của nàng ấm ức trong sự dồn nén. Cái tiếng khóc ai oán ấy một lần nữa như khẳng định cùng anh niềm chia biệt mối tình đầu và gần sáng, anh vừa chợp mắt một lát thì lại choàng tỉnh trong một tâm trạng thảng thốt và anh nghe tiếng của những chiếc tàu đò khuya hú dài buồn bã trước khi rời bến. Cái linh cảm mất mát buổi tối lại tràn ngập trong anh và trở thành sự mặc nhiên đau đớn đến nỗi anh nghe miệng đắng nghét và bắt gặp chính mình đang phải khóc vì tình, một điều mà cho đến lúc ấy anh chưa tưởng tượng ra là có thể như vậy.

Nhưng vào ngày hôm sau thì anh mới cảm nhận hết nỗi đau tình khi biết chắc là nàng đã biến mất khỏi thị trấn. Bằng một cách nào đó, bà mẹ đã đưa con gái ra đi. Ngôi nhà nhỏ nơi anh từng nhìn qua với ánh mắt trao tình nồng nàn giờ lặng ngắt với đôi cánh cửa khép hờ, trong ấy chỉ còn lại hai thằng con trai còm nhom và rụt rè.

Mấy ngày sau, cả gia đình người chị ruột của anh kết thúc chuyến đi chơi của mình và trở về lại thị trấn đồng bằng với cái mùi đặc trưng của biển thấm đẫm trong từng thành viên. Họ lôi ra nào cá khô loại đặc biệt, mực khô loại hảo hạng, các vỏ ốc xà cừ lóng lánh, những cành san hô nhỏ trắng muốt và cả một câu chuyện dài về chuyến đi lý thú và trong lúc cao hứng không một ai phát hiện là anh đang rơi vào tình trạng trầm cảm.

Cuối cùng bằng sự nhạy cảm của mình bà chị là người đầu tiên phát hiện sự khác thường của đứa em trai. Bị gặng hỏi nhiều lần, anh vẫn không hé răng trả lời bất cứ một chuyện gì liên quan đến tình yêu của mình nhưng bằng linh tính, người chị cứ đào sâu vào đó và những câu hỏi lặp đi lặp lại mãi về nàng làm anh không thể chịu đựng nổi đến phải hét lên:

- Chị sẽ giết em nếu chị cứ tiếp tục hỏi!

Bà chị, dù sao cũng biết về tình yêu của anh khá lâu trước khi mẹ nàng biết liền ngay lập tức rời khỏi nhà và chỉ bằng mấy bước chân đã qua đến nhà nàng nhưng không hơn năm phút sau đó đã gần như dội ngược về nhà mình bởi những tràng chửi rủa của người đàn bà vừa đem con gái đi tị nạn tình mà theo bà chỉ có cách ấy mới tránh cho cô cái số phận mà chính mình đã mắc phải.

Sau đó, trong ý nghĩ của anh, một cuộc chiến tranh đã nổ ra. Cả hai người đàn bà đều dùng mọi khả năng vận dụng ngôn từ thô tục để đánh nhau. Ngón đòn cuối cùng mà mẹ nàng tung ra trước mấy mươi người hàng xóm xúm lại vừa nghe chửi lộn vừa bình phẩm là cho rằng gia đình người chị đã đồng mưu dụ dỗ con gái bà nhưng chị của anh, qua những thông tin thu lượm chớp nhoáng từ đối thủ đã đoán được phần nào những gì đã xảy ra trong căn nhà mình trong lúc cả gia đình đi chơi Tết, đã ra ngay một đòn sát thủ bang cách cho rằng chỉ có những cô gái không được dạy dỗ hoặc xuất thân từ những gia đình không ra gì mới hư hỏng đến mức độ chui vào tận giường của đàn ông con trai mà quyến rũ họ.

Sự thắng bại ngay sau đó đã được quyết định. Hai người đàn bà giảm dần cường độ công kích trong khi anh nghe một cái gì đó tiếp tục đổ vỡ trong lòng mình với cảm giác căm ghét toàn thế giới.

Sau cái ngày hôm ấy anh quyết định rời khỏi thị trấn nơi anh đã ở trọn một năm ngắn ngủi, nơi anh gặp và yêu nàng rồi chia xa nhanh như một ánh chớp của thời thanh niên. Anh không hiểu vì sao ngày ấy mình lại ra đi vội vã như vậy nhưng mấy tháng sau khi mà nỗi nhớ trở thành một vết bỏng từng giây từng phút hành hạ anh khiến anh phải dẹp hết mọi điều gọi là tự ái để quay lại tìm nàng thì anh thấy gần như mọi chuyện đã muộn.

Mẹ nàng, chỉ trong một thời gian ngắn, qua mai mối của một trong những người đàn ông đang đeo đuổi bà đã tìm ngay cho cô con gái một thanh niên gốc người Hoa, tuy còn nghèo nhưng trong mắt bà anh ta là một kẻ có chí làm ăn theo cách nghĩ "phi thương bất phú" của tất cả những người Tàu tha hương. Nhưng cái điều làm bà hài lòng hơn cả là anh ta trình bày một cách thẳng thắn ý định cưới vợ là để có một nơi chốn ổn định nhằm khuếch trương kế hoạch kinh doanh của mình dù rằng trong những năm đó gần như tất cả các công việc buôn bán hơi lớn của người Hoa đều phải điều hành và thực hiện trong bí mật.

Căn nhà của nàng vẫn còn đó và nàng đã trở về nhưng nhác thấy bóng anh trở lại ngay lập tức mẹ nàng quyết định trở thành một chiếc bóng thứ hai của cô con gái và bà hối thúc người thanh niên kia mau chóng tiến hành làm đám cưới dù bà phát hiện một điều không mấy vui là ngay cả tiền tổ chức lễ cưới anh chàng người Hoa cũng không có đủ. Anh ta đang sống nhờ vào gia đình người chú họ còn cả gia đình anh ta thì đang ở trong một trại tị nạn sau một chuyến vượt biên.

Tinh thần suy sụp, anh lại chuẩn bị rời khỏi cái nơi vừa quay về thì trong đêm ấy anh nhận được một lá thư của nàng do một người bạn gái mang đến. Như mọi lá thư tình trong hoàn cảnh ấy, nàng kể lể là không thể sống mà không có anh, càng không thể làm vợ một kẻ mà nàng không yêu. Nàng tiết lộ mình có đủ tiền để họ có thể cao chạy xa bay đến bất kỳ nơi nào mà anh có thể đưa nàng đến và mong anh nén lòng chờ đợi đến khi nàng tìm được cơ hội thuận tiện, tất nhiên là trước khi đám cưới của nàng và anh chàng người Hoa kia có thể xảy ra. "Em sẽ tìm gặp anh ngay bất cứ thời khắc nào mà em thoát được khỏi mẹ!". Đó là câu cuối cùng của lá thư.

Anh quẳng chiếc túi xách đã nhét sẵn quần áo vào một góc và tuyên bố với cả gia đình bà chị là mình sẽ chưa đi vội rồi cười với đám cháu một nụ cười tươi tắn kể từ khi xảy ra câu chuyện trên, xong tót ngay ra quán và phê, gọi một ly cà phê đen và ngồi nghĩ ngợi về những gì nàng viết đồng thời tưởng tượng ra mọi tình huống sẽ xảy ra khi mà những dòng thư kia thành sự thật.

Thế nhưng tất cả những gì mà anh tưởng tượng ấy đã không xảy ra bởi mẹ nàng đã thề là không rời khỏi cô con gái dù một phút thậm chí khi cô vào nhà tắm bà cũng đứng canh bên ngoài và trong đêm bà luôn nằm ngủ sát bên cô.

Còn một điều nữa mà anh chưa bao giờ dự kiến đó là cuộc hôn nhân mà bà mẹ đang công khai chuẩn bị rình rang kia chỉ là một tấm bình phong che giấu một mưu tính táo bạo và tham vọng hơn nhiều.

Anh chỉ biết chờ đợi, chờ đợi, chờ đợi... cho đến một ngày anh biết nàng lại biến mất. Trong nỗi buồn bắt đầu đông cứng lại của mình với anh mọi ý niệm về thời gian cũng xoay chuyển chậm chạp và trong cái huyễn ảo tự tạo ấy, anh vẫn còn như nhìn thấy nàng đăm đăm nhìn anh bằng đôi mắt một mí u buồn của mình và cái trạng thái ấy bị đẩy nhanh lên làm anh gần như thành một người bệnh thần kinh khi chính cô bạn trao thư nàng cho anh ngày nào lại đem đến cho anh chiếc vòng cẩm thạch màu đọt chuối, một vật mà anh đã nghe nàng kể là bất ly thân của mình. "Cô ấy đâu rồi?"... "Vượt biên!". Họ đối thoại ngắn gọn như vậy và anh biết rằng cái định mệnh mà anh từng linh cảm trong cái đêm họ trao thân đã đến. Anh đã vĩnh viễn thất lạc nàng trong đời!

Một tháng sau ngày ấy, đang nằm trong một chòi tranh sát một cánh rừng vùng biên giới miền Đông, nơi một người bạn vong niên thất chí đi khai hoang và là nơi anh chọn để đối diện với nỗi đau tình anh lại rơi vào một cơn khủng hoảng thần kinh bởi hầu như bất kỳ giờ phút nào trong đêm nàng cũng hiện ra đối thoại cùng anh như một hồn ma.

Khi tỉnh lại vào ban ngày anh như vừa trở về từ một thế giới khác và càng đau buồn hơn vì đoán chắc rằng nàng đã chết. Gia đình người bạn thấy anh tinh tình điên điên như vậy rất lo sợ liền tìm cách liên hệ với gia đình anh và ngay lập tức mẹ anh, ngày ấy còn rất khỏe, đã tìm tới nơi nhận thằng con trai mà ngay từ những ngày còn ở tuổi thiếu niên đã nhiều lần rời khỏi nhà đi theo những đoàn cải lương lưu diễn làm đủ mọi việc lặt vặt để sống với một khát vọng điên cuồng lãng mạn là trở thành một kẻ không nhà cửa suốt cuộc đời.

Trong tình thương yêu chăm sóc của mẹ, trong không khí trong lành và yên tĩnh của một thị trấn miền Đông, những vết thương tình bắt đầu lành sẹo để nửa năm sau nó gần như lành hẳn khi anh gặp một cô gái mười chín tuổi khác và bắt đầu một cuộc tình khác ít va vấp hơn. Một năm sau, anh gặp lại gia đình người chị lên thăm và biết nàng đã định cư ở Úc với gia đình anh chàng người Hoa ngày nọ. Qua đó, anh biết rằng nàng đã không chết như anh đã nghĩ dù phải trải qua một cuộc hành trình khủng khiếp chạy trốn sự truy đuổi tàn bạo của bọn hải tặc Thái Lan và chỉ có phép lạ mới cứu được những con người ấy. Khi thuyền của họ hết xăng dầu và lương thực thì thần may mắn đã ra tay bằng cách phái những chiếc tàu hải quân đến cứu...

Mười năm sau, anh mới quay về chốn cũ thăm người chị. Lúc này anh đã trở thành một kẻ sành sỏi nhờ đã lăn trải qua bao nhiêu cuộc tình phù phiếm. Trên chiếc xe đò anh nhớ lại những ngày của tuổi hai mươi và hiểu ra rằng chắc chắn ngày ấy anh không đem đến cho nàng chút khoái lạc nào trong tình yêu thể xác nhưng bằng một suy đoán xuất phát từ kinh nghiệm bản thân, anh nghĩ nàng vẫn không thể nào quên được anh như anh chưa bao giờ quên nàng. Anh lại loay hoay với ý nghĩ phải chăng ngày ấy cả anh và nàng đã phạm một sai lầm nào đó nhưng dù có ôn lại từng chi tiết một cuộc tình ngắn ngủi và cháy bỏng của mình anh vẫn không tìm ra dù anh biết chắc chắn điều sai lầm gì đó là có thật.

Định mệnh như vẫn còn trêu đùa họ khi anh biết là nàng vừa ra đi trước anh chỉ một ngày. Nàng về nhưng không còn kịp để nhìn thấy mẹ cũng như bà đã không còn kịp nhìn thấy cả anh lẫn nàng từ sau cái đêm bà bắt nàng rời khỏi đất nước chỉ vì bà sợ số phận sẽ vẽ lại cho con gái mình con đường tình chông chênh của người mẹ. Chỉ có một người đàn ông duy nhất trong những người đàn ông từng đem đến cho bà cả sự khoái lạc lẫn nỗi đau tình đã có mặt khi bà lâm chung. Chị anh nói tên người đàn ông ấy và anh nhớ ra ngay đó là con người đã bịt miệng bà lại, không cho bà la hét trong căn nhà đã bị khóa cửa ngay trong cái thời khắc mà anh và nàng cố oằn mình, cố nén đau để hòa nhập vào nhau.

Sai lầm, nếu có thể gọi là như vậy, không chỉ một mình anh và nàng mắc phải!

"Chúng ta đã sống trong một thời đại đầy những nghi kỵ!"

Giờ đây, khi đã tỉnh hẳn nhờ hoài niệm, anh bỗng tin một cách chắc chắn rằng rồi mình sẽ được gặp lại nàng và nói với nàng câu nói ấy!

KHOẢNG ĐỜI NGỤ CƯ

Ngày mà ông ta đến làm kẻ ngụ cư trong cái thị trấn bé nhỏ thuộc vùng đồng bằng này, không ai nghĩ rằng ông ta sẽ ở lại suốt đời.

Đó là một ngày cuối mùa nước nổi, những cơn mưa đêm chuyển dần về sáng còn rơi rớt thưa thớt làm không khí se se một chút lạnh hiếm hoi của vùng đất nhiệt đới. Ông ta đến vào buổi chiều trên chiếc đò cuối cùng từ thành phố về. Những hành khách chung chuyến đò cùng ông hôm ấy không để ý gì lắm đến một ông già bé nhỏ tuy cử chỉ và cách ăn mặc chỉ rõ rằng ông ta là một thị dân chính cống. Sáng sớm hôm sau, khi buổi chợ sáng bắt đầu đông đúc lên, người ta mới chú ý đến ông đang ngồi ở một góc chợ, trước mặt là chiếc bàn gỗ thấp nhỏ trên đó đặt một bộ đồ nghề nhổ răng bằng kền sáng giới được trưng bày một cách cố ý bên cạnh một tờ giấy bìa cứng viết toàn chữ Tây bọc giấy kiếng chứng nhận ông ta từng tốt nghiệp bác sĩ nha khoa ở một trường đại học xa tít mù nào đó tận hải ngoại. Ngoài ra còn có một cái bảng nhỏ – loại bảng mà các cô cậu bé học trò sử dụng trong lớp học – viết một dòng phấn trắng "Nhổ và khám răng".

Ngày hôm đó dân thị tứ đặc biệt chú ý bởi một biến cố mà phần nào có liên quan đến ông ta. Trong ngày hôm đó, ông ta chỉ có một người khách duy nhất, một người mẹ trẻ đem con tới nhờ ông nhổ cho cậu bé lên năm mấy chiếc răng sâu. Không một ai, tất nhiên cả người nha sỹ còn mới toanh với dân xóm chợ ấy biết được rằng đó là lần cuối cùng người thiếu phụ kia được săn sóc con mình.

Người thiếu phụ đó là Hoa, kẻ đã làm dậy lên những lời xì xào vì một cuộc ngoại tình chưa bao giờ xảy ra trong thị trấn. Người mẹ dắt con đến khi chợ sáng đã thưa và nói với người nha sỹ rằng mình muốn ông ta khám cho toàn bộ hàm răng của con trai mình và nhờ ông nhổ cho thằng bé những chiếc răng nào hư. Khi khám sơ qua hàm răng sữa của cậu bé đang run rẩy vì sợ, con người vừa mới đến bỗng nói với người thiếu phụ một câu tưởng như không dính dáng gì đến nghề nghiệp của mình:

- Nó rất nhạy cảm

- Ông muốn nói về những chiếc răng? Người thiếu phụ hỏi lại.

- Không, tôi đang nói về tâm hồn của những chiếc răng! Người nha sĩ trả lời.

Đêm hôm ấy người thiếu phụ kia uống hết nửa chai thuốc rầy và chết trên chiếc vỏ lãi chạy nhanh trong lúc người ta chuyển chị từ trạm cấp cứu lên bệnh viện tỉnh. Cái chết của người thiếu phụ ấy được cho là một vụ đầu độc chớ không phải tự tử và những lời đồn lan rộng đến mức công an điều tra trên tỉnh phải về để giám định pháp y.

Khi thu nhập chứng cứ, công an cũng biết rằng một trong những người mà người thiếu phụ kia tiếp xúc lần cuối là ông nha sĩ mới về. Ngay trong chiều hôm đó ông được mời về trụ sở công an thị trấn để lấy lời khai. Trụ sở ấy được đặt trên tầng một của tòa lâu đài còn sót lại của một điền chủ người Pháp xưa kia mà dân địa phương gọi là Lầu Trắng vì nó được quét vôi màu trắng.

-Tôi tên là Trần Hoàng Lê, tức Ba Lê, hành nghề khám và nhổ răng. Đây là bằng cấp của tôi!

Tờ giấy cứng ép nhựa được chuyển cho người công an điều tra nhưng chắc anh ta mù tịt về thứ chữ ghi trên đó nên chuyển cho vị bác sỹ pháp y cũng đang ở trong phòng. Ông này cầm lên săm soi, đọc thật chậm rồi trả lại mà không nhận xét gì. Sau đó người ta hỏi ông vài câu về khoảng thời gian người thiếu phụ đưa con trai đến khám răng ngày hôm qua rồi cho ông ta về với lời nhắc nhở ông phải làm đơn gửi lên chính quyền thị trấn để được tạm trú và hành nghề.

Tới chiều người ta thấy ông ngồi uống cà phê đen trong cửa hàng cà phê duy nhất của phố chợ cùng với người chủ căn nhà mà ông ta ở nhờ, và im lặng như đang lắng nghe câu chuyện đã được kể đi kể lại hàng bao nhiêu lần về chuyện tình tay ba dẫn đến kết cục bi thảm vừa xảy ra.

Người ta bàn tán rằng không thể truy tố người chồng vì anh ta có bằng chứng ngoại phạm rõ ràng. Cái ngày mà vợ anh ta, sau khi đưa con đi khám răng về rồi không hề đặt chân ra khỏi nhà cho đến đêm xuống và kết liễu đời mình bằng thuốc độc trừ rầy thì anh ta đang ở tại cơ quan của mình trên tỉnh.

"Chính tòa án lương tâm sẽ xử hắn!". Người ta nhất trí với ý kiến ấy vì ai cũng biết rằng trước đây hơn một tháng khi bắt gặp quả tang vợ mình ngoại tình với người yêu cũ hắn đã dùng súng để khống chế người thanh niên kia và lấy của anh ta một số tiền (khi tôi kể lại câu chuyện này thì đồng tiền đã trượt giá trong suốt gần hai mươi năm nên tôi thấy không cần thiết phải nêu lại chính xác số tiền là bao nhiêu). Anh ta dùng chính số tiền ấy để tiếp tục khống chế và nhục mạ vợ trong từng bữa cơm sau đó và kết cục bi thảm ra sao thì ai cũng biết.

- Anh Ba nghĩ sao về câu chuyện này?

Người bạn uống cà phê hỏi như vậy và ông nha sĩ trả lời rất nhanh:

- Đàn bà là cả một bi kịch.

- Nghĩa là sao?

Người hỏi lại là một kẻ ít chữ nghĩa đến nỗi anh ta không hiểu chữ "bi kịch" là gì.

- Tôi không muốn nhắc đến cái thứ ấy!

Những người ngồi đủ gần để có thể nghe được cái cách gọi khinh miệt đó hầu như đều trố mắt nhìn người ngụ cư mới kia. Nhưng khi câu chuyện trên được lan truyền thì người ta đoán già đoán non rằng ông ta hẳn là một người đã bị đàn bà chơi một vố đau đến nỗi phải hận thù tất cả bọn họ?

Thế nhưng, lời đồn ấy lại có tác dụng như một cách quảng cáo cho nghề nghiệp và tên tuổi của ông ta. Những năm đó, trong một thị trấn nhỏ heo hút khó mà tìm ra được một ông bác sĩ – ngay cả những bác sĩ chuyên tu từ y tá lên – cho nên, việc một người đã tốt nghiệp nha khoa từ một đại học đường bên Tây về đây đi nhổ răng dạo là chuyện cực kỳ hiếm thấy. Giá cả mà ông ta đòi cũng khá rẻ nên những người sống trong và quanh khu vực thị trấn bắt đầu nhớ ra là mình cũng có một hoặc nhiều chiếc răng có vấn đề.

Vậy là người ta ùn ùn kéo đến vào những buổi chợ sáng. Người thì muốn được khám và nhổ răng cho chính mình, kẻ thì dắt con cháu theo đến nỗi những ngày đông khách công việc ấy phải kéo dài đến tận trưa và để tránh nắng, người ta phải nhắc chiếc bàn nhỏ để dụng cụ nha khoa vào một mái hiên lợp bằng lá dừa nước của cửa hàng cà phê quốc doanh với sự đồng ý của bà cửa hàng trưởng, một người luôn quạu quọ vì đau răng!

Chỉ vài tuần sau, ai cũng biết và gọi ông ta là Ba Lê theo kiểu Nam Bộ một cách xuề xòa, thân mật. Người đồng bằng cạn nghĩ nhưng tấm lòng thì rộng. Người ta sẵn sàng nhận bất cứ người nào vào cộng đồng của mình một khi người đó cần một chỗ để sống và không làm hại đến ai, bất kể người ấy từ đâu tới và có quá khứ như thế nào. Tấm bằng ép nhựa đã được cất đi, chỉ có tấm bảng nhỏ viết dòng chữ "Khám và nhổ răng" là vẫn còn và được viết lại thật rõ ràng mỗi khi bị nhòe.

Thời gian đi qua, giờ thì "Ba Lê nhổ răng" đã là một thành viên chính thức của thị trấn. Chính ông ta là người đã giúp cho mọi người, nhất là những đứa bé biết cách chiến thắng nỗi sợ hãi trước những chiếc kềm bằng kim loại khi nó đưa vào, đụng tới cái vùng nhạy cảm nhất là những chiếc răng đau. Mọi người quen dần hình ảnh ông già ăn mặc lịch sự đến kiểu cách nhưng ốm nhom, sáng sớm là đã chỉnh tề ngồi sau chiếc bàn thấp và tận tụy đúng với chức danh thầy thuốc khi làm việc.

Mấy năm lại trôi qua, thị trấn vùng sâu vẫn không có gì thay đổi ngoài những chiếc răng đau của mọi người đã lần lượt được bàn tay khéo léo của Ba Lê chữa lành hoặc nhổ bỏ. Bà cửa hàng trưởng cửa hàng "cà phê quốc doanh" giờ đã thôi quạu quọ và sẵn sàng ra lệnh cho thu ngân miễn tiền những ly cà phê đen sáu mươi phần trăm bắp rang cháy trong những ngày Ba Lê ế ẩm không có khách.

Dù vậy, không một ai biết thêm gì về cuộc đời riêng trước đây của ông ta và người ta phải tìm cách lấp cho đầy sự tò mò của mình bằng cách đoán non đoán già rằng ông ta hẳn đã từng có một cuộc sống giàu có, vì những thói quen phong lưu của một người thành phố ở tầng lớp trên mà ngày ấy ông vẫn giữ như luôn bỏ áo trong quần, chải đầu tươm tất, nói năng hoà nhã nhưng khách sáo... đã trở thành quen thuộc và không còn làm cho những người xung quanh, vốn xuất thân từ ruộng vườn, thấy rườm rà nữa.

Thế nhưng cái khoảng bình lặng của cuộc đời ngụ cư, ngắn ngủi như một dấu lặng trên khuôn nhạc đã đến lúc chấm dứt. Một buổi xế chiều của một ngày cuối mùa khô, dân thị tứ lại nhìn thấy hai người khách ăn mặc theo lối thành thị xuất hiện. Đó là hai người phụ nữ nhìn qua thì không thấy có sự chênh lệch lắm về tuổi tác nhưng qua cách xưng hô người ta biết họ là hai mẹ con. Hai người phụ nữ ấy đến từ một chiếc đò có mui lạ hoắc, chắc là loại đò dọc thuê bao từ thành phố. Họ hỏi thăm ngay từ người đầu tiên mà họ gặp là một phụ nữ bán thuốc lá lẻ đầu cầu tàu về một người đàn ông tên Lê.

- Ba Lê nhổ răng phải không?

Chị bán thuốc lá lẻ hỏi.

- Nhổ răng?

Người phụ nữ trẻ có vẻ ngạc nhiên hỏi lại như vậy nhưng người mẹ đã nhanh chóng xác nhận:

- Đúng rồi, ông ta từng... đúng là ông ấy. Chị làm ơn chỉ chỗ giùm chúng tôi!"

Họ được chỉ đến một căn nhà lá nhỏ bé nơi mà Ba Lê đã xin ở nhờ từ ngày đầu tiên. Giờ ấy, ông ta đã thu dọn đồ đạc gọn gàng và như thói quen từ ngày mới tới, ông ta ngồi trên chiếc ghế bằng tre, đốt thuốc và im lặng nghĩ ngợi một điều gì đó cho đến tận buổi cơm chiều. Tiếng con chó phèn sủa ăng ẳng làm Ba Lê ngước nhìn ra cổng, vừa lúc ấy hai người phụ nữ kia cũng lom khom nhìn vào. Chỉ một giây bất động ngắn ngủi rồi người ta thấy Ba Lê đứng vụt dậy cùng với tiếng kêu như thét của người phụ nữ trẻ. Nhưng ngay lập tức, người đàn ông quát lên:

- Ai cho phép các người tìm tới đây? Các người còn đeo đuổi theo tôi làm gì?

- Ba, ba ơi! Tiếng người phụ nữ trẻ rên rỉ nhưng Ba Lê đã quay ngoắt lại, bước vào nhà và nói với người chủ nhà trẻ đang há hốc miệng ra nhìn:

- Anh nói là tôi không muốn nhìn mặt họ. Hãy mời họ ra khỏi nhà giùm tôi!

- Nhưng đó là...

- Đó đã từng là vợ và con gái tôi.

- Ba, ba ơi! Người phụ nữ trẻ lăn xả vào con người mà chị ta gọi bằng "ba" nhưng ông ta, bằng một sức mạnh đến khó tin đã vung tay hất ngã chị xuống đất. Người mẹ vội chạy đến đỡ con gái và ngước mắt lên nhìn người đàn ông, giờ trông hung dữ như con thú bị dồn đến bước đường cùng. Bà ta không khóc, chỉ nói từng tiếng một:

- Tại sao ông phải bỏ đi? Nhà cửa, tài sản là của ông. Nếu ông không thể nào bỏ qua những chuyện đã xảy ra thì chính tôi là người phải ra khỏi nhà!

- Bà về đi. Tôi đã nói là giữa chúng ta sẽ không còn đối thoại được nữa!

- Ông nhất định không về?

Người đàn ông im lặng nhưng đó không phải là sự im lặng vì do dự mà chính là một câu trả lời mang tính khẳng định. Người con lại khóc nấc lên:

- Ba ơi, con với má đã tìm ba khắp nơi rồi, cuối cùng má mới nhớ ra nơi đây, ba về với má đi ba ơi!

Với khuôn mặt đã lấy lại vẻ thường nhật, người đàn ông im lặng quay lưng lại và bước dần vào trong. Có lẽ hiểu ra đó là một dấu hiệu cương quyết, người đàn bà gào lên:

- Ông là một kẻ vô tình, một kẻ vô tình với vợ con mình. Ông không về tôi sẽ nói... sẽ nói vì sao...

Ngay lập tức người đàn ông quay lại, khuôn mặt biến dạng trông thật dữ dội, ông thét lên:

- Bà không được nói ra điều đó. Tôi cấm bà trở lại đây. Tôi thế nào thì mặc xác tôi!

Hai người đàn bà giật lùi lại trước vẻ dữ tợn của người đàn ông. Người con nói thầm gì đó với mẹ và trong khi ông ta một lần nữa quay lưng lại thì họ nuốt nước mắt dìu nhau ra cổng. Được một đoạn ngắn, họ dừng lại, ra hiệu cho người chủ nhà lúc ấy vẫn còn ngơ ngác đứng trên bậc thềm và khi anh ta bước ra, người phụ nữ xưng là vợ Ba Lê, trao cho anh một gói giấy. Anh ta rụt tay lại không nhận nhưng người đàn bà nài ép, và một lát anh ta mới ngại ngần cất gói giấy kia vào trong túi. Đó là một món tiền khá lớn mà người đàn bà gửi lại cho chồng với hy vọng giúp ông sống dễ dàng hơn tại một nơi mà bà nhận xét là "kinh khủng"!

Với vẻ mặt nặng nề buồn bã, hai mẹ con rời khỏi thị trấn nhưng mấy tháng sau, khi một lần nữa họ quay lại thì Ba Lê đã không còn ở căn nhà lá cũ ấy nữa. Người chủ nhà trẻ đón họ và lấy ra cái gói giấy bạc trước kia anh ta lỡ nhận và nói:

- Tại dì mà chú Ba ổng giận ổng bỏ đi rồi. Cháu trả lại dì!

Người đàn bà ngồi lặng đi một lát, có vẻ không muốn nhận lại số tiền kia nhưng rồi bà ta lấy giấy viết ra một cái địa chỉ rồi nói:

- Thôi được, anh giữ cái này và nếu ông nhà tôi có gặp chuyện gì cần đến tiền bạc chẳng hạn, thì anh nhắn giùm!

Rồi bà hỏi:

- Ông ta chuyển đến chỗ mới gần đây không?

- Ở đầu chợ, nhưng cháu nghĩ dì không cần...

- Tôi hiểu, tôi sẽ không cố gặp như lần trước nữa.

- Lần trước khi dì và chị về thì chú Ba ổng nhậu say mèm, đến nỗi khuya cháu phải đưa lên giường! Nhưng sáng hôm sau, khi cháu nói chuyện gói tiền này thì ổng dọn đi liền, năn nỉ cách nào cũng không chịu.

Hai người đàn bà lại ra về như lần trước với lời dặn là thỉnh thoảng họ sẽ trở vô nhưng chắc họ không hiểu rằng chiều hôm đó, và trong suốt thời gian sau này cho đến khi chấm dứt cuộc đời ngụ cư của mình, Ba Lê đã dùng rượu để lãng quên họ và chắc chắn cái nỗi nhớ, nỗi ám ảnh... là rất lớn bởi người ta thấy càng về sau ông càng tăng liều lượng rượu lên và có những hôm ông say đến nỗi không còn biết đường về và nằm lê la ở một góc chợ mà xổ ra hàng tràng tiếng Tây rồi nghêu ngao hát chỉ có hai câu:

Bông sen nở về mùa hạ

Bông cúc nở về mùa thu

...

Thế nhưng không một ai không ngạc nhiên bởi có những đêm, một vài người đi tàu khuya vẫn còn nhìn thấy ông say và nằm than thở hay chửi rủa gì đó một mình bằng tiếng Tây tại một góc cửa hàng thì sáng ra đã thấy Ba Lê đàng hoàng áo bỏ trong quần, đầu tuy chỉ còn rất ít tóc nhưng vẫn chải láng, ngồi nghiêm chỉnh sau chiếc bàn thấp của mình vẫn với chiếc bảng nhỏ viết bằng phấn trắng: "Khám và nhổ răng".

Phải nói trong cái cơ thể mảnh mai kia chắc hẳn tiềm ẩn một sức khỏe dẻo dai bởi còn nhiều năm sau Ba Lê vẫn đêm đêm uống rượu một mình còn sáng ra thì nhổ răng để có tiền đêm sau uống nữa. Rồi cũng như cái dạo ông mới đến, người ta cũng quen dần với cung cách sống cho mau chết của ông ta sau ngày những người phụ nữ kia tìm đến. Và không một ai ngạc nhiên khi một buổi sáng người ta phát hiện ông đã chết còng queo dưới mái hiên của chiếc cổng tòa lâu đài còn sót lại, người ta cho là ông bị trúng gió nhưng cũng hơi lấy làm lạ là tại sao ông ta lại chết ở dưới cổng tòa nhà cũ kỹ như một phế tích kia trong khi nó cách cái góc ông thường ngồi uống rượu một mình đến mấy trăm mét?

Nhưng dù gì thì Ba Lê đã chết và cái tin đó lan truyền rất nhanh. Người chủ nhà mà ông ta ở nhờ những năm sau ngay lập tức cùng với mấy thanh niên của Hội chữ Thập Đỏ thị trấn đến khiêng xác ông về. Khi lục tìm tất cả những di vật ít ỏi Ba Lê để lại, ngoài các món đồ nghề người ta không tìm thấy được gì nữa, dù là một tờ giấy nhỏ hay chút ít tiền lẻ, chắc là ông đã vét đến đồng tiền cuối cùng để mua bữa rượu cuối cùng.

Người ta nhanh chóng dựng rạp để chuẩn bị cho đám ma, một sự chuẩn bị chu tất theo đúng phong tục như bất kỳ một đám ma nào khác trong vùng, chỉ khác là không có ai là con cháu của người đã khuất đang hiện diện để đội khăn tang và mặc áo sô. Khi tiến hành liệm xác người ta mới phát hiện rằng bộ răng giả mà Ba Lê lúc nào cũng cẩn thận ngâm thuốc sát trùng, chùi rửa kỹ càng đã không còn nữa.

Con người, có lẽ là dành suốt đoạn cuối cuộc đời cho công việc chữa chạy và nhổ bỏ những chiếc răng hư giờ không còn lại một chiếc răng nào cho chính mình. Thế nhưng những người già cả nhất trong khu vực nói rằng chưa bao giờ có một đám tang nào đông hơn.

Đó là một ngày mưa dầm vào mùa nước nổi. Khi cái thân xác nhẹ tênh như không còn vướng chút tục lụy nào đã nằm yên vị trong quan tài, lợi dụng thời gian tạnh giữa cơn mưa buổi chiều, theo đúng phong tục địa phương, trước khi chôn cất, người ta tổ chức một cuộc dạo chơi cho người không thể đi bằng chính đôi chân mình nữa. Chủ một chiếc ghe lớn không mui, chuyên chở hàng mướn với sức chứa hai mươi tấn, tình nguyện làm công việc ấy.

Vậy là quan tài được chuyển một cách thận trọng xuống ghe với hai hàng đạo tỳ, mặt quệt đầy lọ chảo, hò hét, nhảy múa đóng giả quỉ vô thường để dẫn đường. Chiếc trống cái dùng riêng cho việc tang lễ được dộng từng hồi. Rất đông người theo quan tài xuống ghe, ngoài đàn ông còn có đàn bà, con gái, con nít... nhưng đông nhất có lẽ là đám thanh niên. Tất cả bọn họ lại một lần nữa nhớ ra ít nhất một lần trong đời mình đã nhờ Ba Lê nhổ răng cho.

Chiếc ghe lớn lùi dần khỏi cầu tàu ra giữa dòng kinh rộng rồi chạy ngược lại với dòng nước triều cường. Cảnh vật quen thuộc hai bên bờ sông bỗng hiện ra trong một cách nhìn khác của tất cả mọi người. Trong lúc ấy, phần lớn những người đang ở trên ghe, đang đứng vây quanh để từ biệt một số phận ngụ cư chắc đều ngậm ngùi cảm thấy rằng tất cả, tất cả những sinh linh dưới vòm trời này đều là những khoảng đời ngụ cư gộp lại, rồi đây đều sẽ ra đi hay trở về tùy theo quan niệm sống nhưng không một ai vượt thoát kiếp phù du của cõi người...

Trong khi chiếc ghe chở quan tài đã đến ranh giới cuối cùng của ngoại vi thị trấn và chậm hẳn lại, chuẩn bị quay về thì người ta thấy từ phía trước mặt, trên con kinh dài và rộng một chiếc bo bo xé nước lao tới, nó chạy ngược từ thành phố về và chạy nhanh như thể phía sau nó là một tai họa đang đuổi theo. Khi chiếc bo bo đến gần, nó giảm tốc độ và người ta nhìn thấy ngoài người ngồi lái, không ai khác hơn là vợ và con gái Ba Lê, hai người phụ nữ mà tất cả mọi người đều tin là nguyên nhân đẩy ông ta vào cuộc sống lang thang, lây lất trong những ngày cuối đời.

- Cuối cùng thì họ cũng đến.

Người chủ căn nhà đầu tiên đón Ba Lê vào ngụ cư thốt lên như vậy. Chắc anh ta là người đã báo tin dữ này cho gia đình người quá cố.

Chiếc ghe dừng lại giữa dòng kinh rộng chờ chiếc bo bo. Hai người phụ nữ vừa nhìn thấy cảnh trước mặt đã òa lên khóc và người lái bo bo phải khéo léo lắm mới cặp sát nó an toàn vào thành ghe được. Rất nhiều những cánh tay đưa xuống đỡ hai người phụ nữ kia lên và hai chiếc khăn sô được chuẩn bị từ lúc nào đã nhanh chóng được bịt lên hai mái đầu tóc vẫn còn đen dày.

- Bây giờ thì ông ấy đã đầy đủ cả rồi!

Một người nào đó thốt lên như vậy khi chiếc ghe lớn quay đầu chạy về phía nghĩa trang.

- Xin ngàn lần cảm ơn tất cả bà con. Tôi xin đồng ý với chồng tôi là để ông yên nghỉ ngay chính quê nhà mình!

Người phụ nữ kia vừa khóc, vừa xá tất cả mọi người nhưng cái câu bà ta vừa nói ra làm mọi người cực kỳ ngạc nhiên. Nhiều câu hỏi được đặt ra hướng về phía người đàn bà. Cô con gái thay mặt mẹ mình lấy từ trong túi ra một tấm hình đã rất cũ và nói trước khi chuyền tay cho mọi người cùng xem:

- Đây là gia đình ông bà nội tôi. Ba tôi đứng ở giữa!

Mọi người lặng lẽ chuyền tay nhau tấm hình, đó là một tấm ảnh đen trắng lấy tòa lâu đài làm hậu cảnh để chụp một gia đình gồm hai vợ chồng và ba đứa con. Đứng giữa hai cô gái trẻ là một thiếu niên mặc âu phục, những người già trên sáu mươi tuổi thốt lên:

- Gia đình ông hội đồng, Ba Lê là con ông hội đồng đây mà!

Một sự thật đã được sáng ra ngay cả cái thắc mắc tại sao Ba Lê lại chết ngay dưới cổng chính tòa lâu đài cũ. Tòa nhà ấy do một chủ đồn điền người Pháp xây lên nhưng sau đã bán lại cho gia đình hội đồng Lựu, sau năm năm tư (1954) cả gia đình ông ta đột nhiên ra đi không để lại một dấu vết nào. Xung quanh câu chuyện ấy, qua những lời xì xào người ta nghe được phong thanh thôi, là dấu vết của một cuộc ngoại tình.

Thế nhưng, khi hầu như không ai còn nhớ gì đến những chuyện xa xôi ấy nữa thì giờ đây điều không thể tin được là con trai ông đã trở về để chết cô đơn trên nơi chốn mình sinh ra. Không một ai trong giờ phút ấy đặt thêm một câu hỏi nào về bi kịch gia đình của họ. Hẳn là Ba Lê có lý do để đoạn tuyệt với vợ mình nhưng nội cái chuyện ông ta chọn quê hương để trở về đã đủ cho mọi lý do.

Ngày hôm nay, khi kể lại câu chuyện này trong tâm trí tôi vẫn hiện lên hình ảnh những sợi mưa mỏng rơi xiên trong một buổi chiều châu thổ. Khi chiếc ghe lớn cặp mũi vào nghĩa trang, chiếc quan tài được chuyển lên, bỗng dưng vì một sự đồng cảm sâu xa nào đó, mọi người đi tiễn Ba Lê hôm đó đều khóc. Hòa trong tiếng gào của người con gái, là tiếng tức tưởi của người vợ, những người đàn bà đi tiễn khóc nức nở, những đứa trẻ khóc thút thít, những người đàn ông và thanh niên lặng lẽ chùi những giọt nước mắt nóng bỏng chực rơi trên gò má lạnh. Trong giờ phút ấy, nước mắt là thứ duy nhất con người cảm thấy cần thiết để hòa điệu lặng câm vào những mơ ước phù du và là thứ duy nhất để nói lên lòng thương tiếc cảm thông với Ba Lê, kẻ đã sống một cuộc đời ngụ cư ngay chính trên quê hương mình cho đến chết.

LÃO GÙ Ở NGÃ BA SÔNG

Trên một doi đất, nơi hai nhánh sông gặp nhau có một lão gù sống bằng nghề câu tôm. Người ta không biết tuổi lão dù có thể đoán rằng lão chưa hẳn là đã già lắm. Đứa con trai duy nhất của lão vừa mới vào đại học.

Đã bao nhiêu năm rồi, chắc cũng cả đến nửa thế kỷ trên cái doi đất ấy chỉ có căn nhà nhỏ như một cái lều dựng tạm của lão. Và một cái miếu thờ Bà Chúa Xứ nằm ẩn dưới một tán gừa (*) rậm rạp, xanh thắm quanh năm. Trên những cành gừa lớn, những chùm rễ lòng thòng đâm ra tua tủa như thể râu tóc của một tên khổng lồ quái dị.

Dân trong xóm ít dám đi qua nơi ấy vì họ tin rằng Bà Chúa Xứ rất linh thiêng, đi ngang mặt bà lỡ sơ xuất điều gì có khi bà... vặn cổ. Mỗi năm một lần vào cuối tháng tư âm lịch, cả làng hùn nhau cúng Bà một con heo quay lớn và đủ loại bánh trái, xôi chè và chính trong dịp ấy họ mới đi qua nhà lão gù để đến miếu thờ.

Có một sự tương phản kỳ lạ giữa lão và đứa con trai. Lão thấp lùn, lưng gù, đôi tay thì dài ngoằng mà trán lại dô, trong khi đứa con từ hồi mới lọt lòng mẹ đã có khuôn mặt sáng rỡ của thiên thần và càng lớn nét khôi ngô càng lộ rõ. "Nó không phải là con lão!" Dân trong vùng khẳng định như vậy. Họ bảo rằng người đàn bà trẻ ấy trôi giạt vào nhà lão sau một chuyến vượt biên không thành vào cái ngày chiến tranh chấm dứt và chỉ sáu tháng sau đó đã sanh ra thằng bé bây giờ.

Những lời xì xầm đó đến tai và lão gù không đồng ý với lập luận ấy. Lão tin ở sự an bài của số mệnh và cho rằng chính lòng thành của lão đã đưa nàng đến căn nhà mình trong cái ngày khủng khiếp kia. Gần hai mươi năm rồi lão vẫn giữ đúng lời hứa với nàng. Đứa con trai của họ đã được nuôi ăn học đàng hoàng và giờ thì nó đã lên thành phố để theo đuổi bậc đại học trong khi cha nó không hề biết một chữ.

oOo

Lão không phải là dân cố cựu ở đây, lão trôi giạt đến vào những năm đói cùng với một bà mẹ già và một chiếc tam bản (**) đã sắp mục.

Thời ấy miếu Bà Chúa Xứ mới lập ngay chính nơi ngày xưa bọn tay sai người Pháp vẫn dùng để lén lút đập đầu những người bị nghi ngờ vào "Hội kín". Bà Chúa Xứ cùng với những hương hồn bị giết bằng những gốc trâm bầu ấy hẳn là linh thiêng lắm, nên đến tận bây giờ dân trong vùng vẫn e dè ít dám đi ngang. Chỉ có hai mẹ con trôi giạt ấy dám ghé vào dựng một túp lều nhỏ.

Người mẹ đã già lắm còn đứa con trai thì tật nguyền. Thế nhưng họ vẫn sống được vì người con có tài câu tôm đặc biệt. Góc ngã ba sông ngay trước miếu có một vùng nước xoáy. Chính nơi đó là chỗ câu tôm quen thuộc của lão gù từ ngày đầu tiên lão còn là một thằng bé cho đến bây giờ. Mấy năm sau bà mẹ chết. Lão chôn mẹ phía sau túp lều của mình và ngày ngày vẫn bơi chiếc tam bản, một cần câu, một cây vợt để kiếm sống.

Cuộc nội chiến kéo dài làm xóm làng hoang tàn, nhiều người ra đi, tìm về thành phố để tránh bom đạn. Lão vẫn ở lại. Lão không muốn rời cái nơi mà người mẹ của mình nằm lại vĩnh viễn có lẽ chỉ vì một lý do đơn giản: Ra vùng đô hội lão làm gì để sống? Tật nguyền như lão chỉ có cách đi ăn xin, mà điều ấy chỉ mới nghĩ đến thôi lão đã thấy kinh hoàng!

Thời lão trong độ tuổi thanh niên, khi bơi xuồng qua những nơi nhà cửa có phần đông vui, lão rầu lòng khi nghe câu hát ghẹo:

"À ơi, câu tôm không đủ kho tàu

Tiền đâu mà sắm áo màu cho em?"

Lão câu tôm có thể nói là giỏi nhất vùng, dư đủ để "kho tàu" và sắm vài ba chiếc áo màu mỗi tháng nhưng mà sắm cho ai mặc? Con gái trong vùng ai thèm lấy một gã vừa gù lưng vừa ở một nơi không người dám bén mảng đến?

Lão ứa nước mắt nhớ lời trối của mẹ. Tội nghiệp bà. Khi còn sống bà chỉ ao ước có một đứa cháu nội. Không ngày nào bà không cầu khẩn hương hoa cúng vái nơi miếu Bà để mong Bà ban cho ân huệ ấy. Khi bà mẹ mất đi, lão gù thay mẹ làm công việc thiêng liêng đó với một niềm tin tưởng mang tính hoang sơ.

Rồi cái ngày ấy cũng đến, cái ngày Bà Chúa Xứ chứng cho lòng thành của lão. Cái ngày hạnh phúc nhất trên đời của lão trùng vào thời điểm cuối của cuộc chiến. Khi mọi người quanh vùng đóng chặt cửa nằm nhà vì sợ ăn cướp bởi chính quyền cũ đã sụp đổ còn những người mới thì chưa vào tiếp quản, lão gù vẫn bình thản làm công việc hàng ngày cho đến chạng vạng mới về. Khi buộc chiếc xuồng vào gốc tràm bên bờ mương, xách chiếc đèn câu tù mù bước lên dự định ăn sơ một chút gì đó rồi đi câu đêm, lão bỗng giật mình. Có một người nào đó nằm bất động trên lối đi vào nhà.

Lão thận trọng lại gần, giơ cao chiếc đèn đã được vặn lên. Đó là một người đàn bà quần áo ướt sũng, tóc tai rũ rượi. Run lập cập vì không biết chuyện gì đang xảy đến cho mình, nhưng với bản chất nhân hậu lão vội xốc nạn nhân dìu ngay vào căn lều của mình. Hôm ấy lão bỏ buổi câu đêm. Hai mươi năm trước lão chưa già và nàng thì còn rất trẻ. Nàng chấp nhận ở lại trong cơn tuyệt vọng vì một hy vọng. Những ngày sôi động và hỗn loạn qua dần. Người trong vùng xì xào rồi tiếng đồn lan ra. Họ quên nỗi sợ, làm bộ bơi xuồng chèo ghe ngang qua doi đất để nhìn trộm nàng. Ai cũng trầm trồ về nhan sắc ấy. Nhưng đó là một nét đẹp xa lạ, rất khác với vẻ mặn mà của các cô gái quê trong vùng.

- Này anh gù. Anh đang nuôi ai trong nhà vậy? Họ hỏi đùa cợt, ỡm ờ khi gặp lão đi bán tôm.

- Vợ tôi! Lão trả lời một cách hãnh diện.

- Vợ anh? Anh cưới hỏi lúc nào mà chúng tôi không hay? Người ta vặn lại.

- Bà đã đem cô ấy đến. Bà hiểu rõ lòng thành của tôi! Lão đáp với với một vẻ mặt thành kính tuyệt đối đến nỗi không một ai dám nghi ngờ.

Vài tháng sau, khi chính quyền mới đã ổn định, người ta tiến hành kê khai hộ khẩu. Có hai anh du kích đến nhà lão mời người đàn bà, đến lúc ấy vẫn còn xa lạ, về ủy ban lâm thời. Lão gù không có nhà nhưng chỉ vài mươi phút sau người ta thấy lão hộc tốc chạy lên ủy ban, cái lưng gù nhô lên thụt xuống thoăn thoắt. Vài tiếng đồng hồ sau họ cùng quay về. Người đàn bà trẻ mệt mỏi, xanh xao nhưng vẫn đẹp. Người ta nói thầm vào tai nhau "Trông kìa! Cô ta đã có bầu. Anh gù "hốt ổ" rồi!". Hốt ổ là tiếng lóng địa phương chỉ những người cưới vợ mà phải nuôi con của người khác. Nhưng lão gù không quan tâm đến những điều như vậy, hôm ấy trên gương mặt xấu xí đó sáng ngời ngời hạnh phúc.

Mấy tháng sau, một đêm gió bấc đã thổi rong ngọn qua những vườn cây, mụ Tám, một bà mụ vườn chợt giật mình thức dậy vì có tiếng ai đập cửa.

- Ai?

Bà mụ vườn đã trên sáu mươi tuổi trở mình hỏi.

- Tôi đây! Bà Tám tới nhà mau mau giùm. Vợ tôi sắp sanh rồi!

Khi ngọn đèn được khêu sáng lên bà cụ ra mở cửa và nhìn thấy anh gù đang run cầm cập. Mau thật! Bà lão nghĩ thầm trong bụng nhưng không nói ra, chỉ mau chóng cầm theo một mớ đồ nghề thô sơ của mình và bước theo xuống chiếc tam bản.

Gần sáng bà mụ vườn mới trở về, mệt mỏi rã rời. Trong đời làm mụ mấy mươi năm bà chưa gặp ai sanh khó như vậy. May thay rồi mọi chuyện cũng qua. Mà thằng nhỏ mới sáng sủa làm sao!

Nhưng bà mụ vườn đã lầm. Một tuần sau đó, cũng vào khoảng gần sáng, người ta nghe tiếng lão gù gào khóc vừa đau đớn vừa hoang dại. Đợi sáng, mọi người mới dám đến thì người thiếu phụ đã chết. Bên xác nàng, lão gù đã như hóa điên. Đứa trẻ đã tím tái đi, khóc không thành tiếng.

- Tôi đã giết người! Tôi đã giết vợ tôi!

Lão ôm chặt cái xác đã bắt đầu lạnh mà gào. Người ta phải cố gắng lắm mới gỡ tay lão ra được. Mắt lão long lên sòng sọc. Lão hét vào mặt mọi người:

- Tôi đã giết vợ tôi! Hãy đem tôi mà xử bắn!

Bà mụ vườn cũng đến. Bà lão thở dài.

- Thím này chết vì sản hậu!

Bà ôm đứa bé trai trên tay, nói:

- Con dâu tôi đang nuôi con mọn. Nó sẽ cho thằng nhỏ này bú!

Hội từ thiện xã đem đến một chiếc quan tài bằng gỗ gòn. Lão gù thôi không gào thét nữa. Lão đổ xuống như một thân cây bị đốn và rống lên khóc. Họ chôn người thiếu phụ bất hạnh bên hông túp lều. Những người rành rẽ nhớ rằng từ khi nàng trôi giạt đến cho đến ngày chết chưa tròn sáu tháng.

Mấy ngày sau, dần tỉnh lại, lão gù đến nhà bà mụ xin nhận con về, nhưng nghe lời giải thích của bà lão cùng với cô con dâu, lão đồng ý để họ nuôi giùm thằng bé. Mỗi ngày lão đến thăm con và đem cho bà cụ khi thì năm bảy con tôm càng xanh lớn, khi thì vài lít gạo lão mua bằng tiền bán tôm.

Lão bắt đầu uống rượu trong những ngày trở mùa hoặc mưa bão không câu được. Khi đã say mèm, lão thường kể về người thiếu phụ bất hạnh. Lão vẫn khư khư cho rằng nàng là do Bà mang lại, rằng nàng đã chết chỉ vì lão yêu cầu nàng cho lão một đứa con trai. Nếu không vì điều ấy hẳn giờ đây nàng vẫn còn đêm đêm thức đợi lão về trong căn lều ở đầu doi đất. Lão kể và khóc. Dần dần ai cũng được nghe câu chuyện ấy dù chẳng ai tin nó là sự thực.

Thế nhưng khi đứa bé lên ba, trở thành một đứa bé trai bụ bẫm, sáng sủa, thì lão không đụng đến rượu nữa. Lão sửa túp lều thành căn nhà, tuy nhỏ nhưng coi được và đón con về. Từ đó lão sống tất cả là vì thằng bé. Nó đầy đủ, không thua một đứa trẻ con nhà khá giả nào và được đến trường ngay khi vừa lớn. "Vợ tôi muốn vậy!" Lão giải thích ngắn gọn.

Năm tháng trôi đi, càng lúc cái lưng gù của lão càng gù thêm, người như choắt lại. Thằng bé lớn lên, đẹp hơn tất cả mọi đứa trẻ trong vùng và rất ngoan, học giỏi. Lão gửi con ra trường huyện học trung học rồi thì lên đại học. Căn nhà lại còn chỉ một mình lão. Vẫn chiếc xuồng câu rách nát, một doi đất nơi ngã ba sông kề cận miếu Bà Chúa Xứ.

oOo

Cái xã heo hút ngày xưa giờ đã là một thị tứ sầm uất nhưng chỗ doi đất ngã ba sông thì vẫn còn vắng vẻ. Một buổi trưa người ta xầm xì rồi chỉ cho nhau thấy một ông khách Việt kiều sang trọng đang đi cùng ông trưởng công an xã tìm đến nhà lão gù. Lão có nhà, đang nằm lơ mơ trên võng. Chiếc bàn thờ đóng bằng tre vẫn nghi ngút khói hương. Người đàn ông sang trọng có vẻ ngại không muốn bước chân vào nhà, nhưng trưởng công an thì lại quá sốt sắng.

- Xin mời ông! Đây đúng là nơi ông cần tìm. Ông đừng ngại, để tôi gọi lão.

Lão gù ngồi dậy. Lão ngạc nhiên. Bao năm rồi chẳng ai đến đây ngoại trừ tiếng bước chân của đứa con yêu lúc trở về.

- E hèm... Có lẽ người công an không biết phải bắt đầu như thế nào – À... lão... ông gù. Quý ông đây có chuyện cần gặp ông!

- Cần gặp tôi? Lão gù ngơ ngác.

- Phải? Ông khách sang trọng đã chiến thắng được nỗi e ngại vì căn nhà tôi tàn và bước hẳn vào – Tôi đến đây để hỏi ông một chuyện đã xảy ra gần hai mươi năm trước. Ngày ấy có một người đàn bà còn rất trẻ... Ông ta rút từ túi áo ra một tấm ảnh

- Người ấy đây!

Trong ảnh là một cô gái trẻ, chụp bán thân.

Lão gù bỗng run bắn lên, hai bàn tay đỡ lấy tấm ảnh, nghẹn ngào:

- Vợ tôi... vợ tôi...

Người đàn ông cũng lộ vẻ xúc động, ông ta cúi sát xuống mặt lão gù, hỏi nhanh:

- Ông đã từng cứu người đàn bà này?

- Vợ.... vợ... tôi... Bao nhiêu năm nay tôi vẫn...

Lão gù như đang trôi nổi trong dòng hồi tưởng của riêng mình.

Người đàn ông đặt tay lên vai lão:

- Tôi vừa được biết là cô ấy đã mất khi sinh con. Hai mươi năm trước chúng tôi lạc nhau trong cảnh hỗn loạn – ông ta liếc nhìn người công an rồi tiếp – Nhiều chiếc tàu của chúng tôi bị đánh chìm và cô ấy mất tích. Tôi vẫn hy vọng vợ tôi còn sống. Hai mươi năm... - Ông ta xúc động thật sự và diễn đạt một cách khó khăn. – Tôi biết vợ tôi đã sinh con trai. Đó là con tôi. Tôi muốn nhìn nhận lại nó!

Lão gù như chợt tỉnh. Lão nhìn người đàn ông với vẻ nghi ngờ. Lão hỏi, cố nén giọng:

- Ông vừa nói gì? Ai là con trai ông?

- Đứa bé mà người thiếu phụ đã sanh ra trong nhà này. Tôi biết ông đã nuôi dưỡng nó trong gần hai mươi năm, tôi sẽ...

- Nhưng... Ông khách chưa dứt câu thì lão gù đã bật lên, mắt như nảy lửa:

- Không! Ông là ai? Đi ra khỏi nhà tôi. Bọn lừa đảo. Tôi không cần, không muốn thấy các người!

Ông khách có vẻ hơi hoảng vì cơn bộc phát đó và lùi dần ra cửa. Trưởng công an xã cũng tháo lui và lôi ông ta ra một góc thầm thì:

- Ông về đi. Chính tôi là người đã mời bà nhà về ủy ban ngày xưa, và cũng là người chứng lý lịch, cắt hộ khẩu cho con trai ông đi học. Tôi sẽ cho ông địa chỉ mà ông cần!

- Nhưng... Ông khách nhìn lão gù vẫn còn gầm gừ trong nhà như ái ngại. Ông ta đã nuôi nấng con tôi bao năm nay, tôi muốn đền bù...

- Tôi hiểu, tôi hiểu! Tôi sẽ thay ông làm điều đó! Người công an nói một cách chắc nịch.

Họ rời khỏi doi đất. Đã đi xa, người khách sang trọng còn ngoái lại nhìn lần nữa căn nhà ọp ẹp rồi rút mùi xoa lau mặt. Ông đã quên lấy lại tấm hình.

Ba tháng sau lão gù chết co quắp trong một cơn say. Mắt lão trợn trừng. Không một ai can đảm lại gần cái xác hôi hám đó để vuốt mắt cho người đã chết. Những người hàng xóm sống gần khu vực đó thở phào nhẹ nhõm. Đã gần ba tháng họ phải đinh tai nhức óc vì đêm nào lão cũng khóc gọi vợ gào con. Thằng con lão, cái thằng nhỏ đẹp như thiên thần ấy đã không bao giờ còn trở lại doi đất nơi nó đã sinh ra kể từ cái ngày ông khách sang trọng kia tìm đến. Hội Chữ Thập Đỏ mà tiền thân là Hội Từ Thiện trước kia lại mang đến một chiếc hòm bằng gỗ gòn. Họ chôn lão gù vào kế bên ngôi mộ đất của người đàn bà trẻ ngày xưa như một cách để an ủi linh hồn đầy bi thương của lão.

Cây gừa: họ si, mọc nhiều ở ven sông vùng đồng bằng Tây nam bộ

**tam bản: còn gọi là xuồng ba lá*

MÙA NƯỚC SON

Chiều chủ nhật. Thằng Tý đang lui cui đuổi con gà nòi của nhà ông Tư Thốn chạy lạc qua nhà mình thì nghe tiếng hỏi lớn:

- Thằng nhóc kia, ba mày đâu?

Tý quay đầu nhìn ra cổng, nó giật mình, mặt tái xanh khi thấy Hai trưởng ấp đang bước vào. Nó ấp úng:

- Dạ... dạ, ba con đi đào đất mướn rồi.

- Mẹ mày đâu?

Trưởng ấp vẫn dùng cái giọng phách lối nạt nộ.

- Dạ, mẹ con mới sinh em bé, đang ở trong buồng.

- Hừ, nghèo mạt mà còn đẻ hoài. Ba mày về nói đem tiền làm lộ ra đóng cho tao nghe chưa. Không đóng mai mốt cho mày nghỉ học luôn!

- Dạ! Tý sợ sệt trả lời.

- Mày đang làm gì đó?

- Dạ, con đuổi con gà.

- Được rồi, nhớ nhắc ba mày.

Tay trưởng ấp loạng choạng bước ra khỏi cổng, để lại một không khí nồng nặc mùi rượu.

- Tý ơi! Có tiếng mẹ nó kêu.

Tý vội dạ lớn rồi chạy vô nhà. Mẹ nó mới sinh em bé được hơn mười ngày nay. Mẹ nó hỏi, giọng nghe nhẹ hều:

- Ai vậy con?

- Dạ, chú Hai trưởng ấp. Ổng tới đòi tiền làm lộ đó mẹ!

Mẹ nó thở dài:

- Ừ, nhà mình thiếu có hai trăm ngàn, mẹ lại sinh em bé, chắc khó đóng đủ cho họ.

- Mẹ ơi...

- Gì hả con?

- Chú Hai nói nếu không đóng tiền thì cho con nghỉ học luôn, ổng nói thiệt hả mẹ?

Nhìn thấy đứa con chín tuổi đang lo lắng, mẹ nó trấn an:

- Không đâu con, ổng làm sao có quyền đuổi học con. Mà đừng lo, ba đi làm ít bữa là đủ tiền đóng cho nhà nước thôi...

- Dạ...

- Thôi, con lấy cho mẹ ly nước rồi ôn bài đi nghen.

- Mẹ ơi.

- Sao hả con?

- Hôm qua con nghe ba nói sắp có nước son, vậy là sắp có cá bống trứng hả mẹ?

- Ừ, đúng rồi, giọng mẹ nó vui vẻ lên, mưa vầy chắc nước sắp lớn. Con nhìn xuống sông, khi nào nước có màu đỏ tức là nước son đó.

- Cá bống trứng từ đâu về đây vậy mẹ?

- Nghe nói từ Biển Hồ bên Miên trôi về, con rót cho mẹ ly nước đi!

- Dạ!

Thằng Tý bỗng nghe lòng vui vui, nó gần như quên mất câu chuyện vừa rồi khi nhìn ra dòng sông trước nhà. Từng đám lục bình trôi bập bềnh theo con nước. Mắt nó như thấy ở dưới những đám rễ lục bình là những con cá bống nhỏ xíu nhưng bụng căng tròn trứng đang bơi lội. Nó sẽ đẩy chiếc xuồng nhỏ ra, tay cầm cái rổ và xúc vào đó. Những con cá bống nhảy tưng tưng trong rổ. Ôi, mới sung sướng làm sao. Nghĩ tới đó là thằng Tý cảm thấy đói bụng. Những con cá bống mẹ nó kho tiêu ăn với cơm nóng trong những ngày mưa dầm sao mà ngon lạ lùng. Mà cá bống còn có thể bán kiếm tiền nữa.

Đã ba ngày mưa lớn vào buổi chiều. Nước sông dâng lên thật nhanh và dần có màu đỏ. Thằng Tý vui sướng hơn bao giờ hết. Một buổi chiều khi tắm sông, nó thử dùng rổ xúc vào đám lục bình và bắt được mấy con cá bống. Vậy là nó nhảy cẳng lên, chạy vội vào nhà khoe với mẹ. Nó vui không chỉ vì sắp được ăn cá bống kho tiêu mà vì một dự định...

oOo

Thằng Tý lơ mơ nghe lời cô giáo giảng bài. Mắt nó cứ díp lại vì buồn ngủ. Con Hoa, ngồi kế bên khều tay nó:

-Tý, đi học mà ngủ cô rầy đó nha!

Thằng Tý cũng biết vậy nhưng nó không thể nào cưỡng được cơn buồn ngủ cứ ập đến từng cơn, nó gần như gục đầu xuống bàn học... Ngay lúc đó nó bỗng nghe cô giáo gọi:

- Tý!

Nó giật mình mở choàng mắt ra. Nó ngạc nhiên thấy Hai trưởng ấp đang đứng trong lớp học, còn cô Hương, cô giáo của nó thì đang nhìn nó chăm chăm:

- Tý, em có biết chú Hai này không?

Tý dụi mắt:

- Dạ, dạ biết...

Hai trưởng ấp chen ngang:

- Cái thằng trời đánh này lạ gì tui đâu cô. Tý, mày mau đi theo tao?

- Đi đâu? Chú Hai kêu tui đi đâu?

- Lên xã chứ đi đâu, giả bộ hoài, tội mày nặng lắm đó con!

- Lên xã? Ngày mai ba tui đóng tiền làm lộ rồi, sao bắt tui?

- Tiền làm lộ cái con khỉ. Bắt mày lên xã vì mày bắt trộm con gà nòi của ông Tư Thốn!

- Bắt trộm gà ông Tư Thốn? Không có đâu, tui bắt lúc nào?

- Có lần chính mắt tao thấy mày định bắt. Còn chối hả con? Mày lên đây!

Hai trưởng ấp ngang tàng xông tới nắm tay thằng Tý. Cô Hương bước ngang cản đường hắn:

- Chú Hai, đây là học trò của tôi. Chú không thể bắt em Tý như vậy được!

- Sao không được? Cô có biết nó là thằng ăn trộm hay không mà còn binh vực nó!

- Học trò tôi không ăn trộm. Chú Hai có bắt được quả tang không?

Tý la lên:

- Cô ơi, cứu em với. Em không có ăn trộm gà đâu cô ơi!

- Được rồi, em đừng lo...

Nhưng Hai trưởng ấp hùng hổ:

- Cô đừng có mà rắc rối. Sáu Chèo, phó công an xã, em vợ Tư Thốn cũng đến đây. Để rồi coi.

Như để khẳng định lời hắn nói, ngay lúc đó Sáu Chèo và thầy hiệu trưởng xuất hiện trước cửa lớp. Sáu Chèo giọng hách dịch:

- Đề nghị anh Hai đưa thằng này về công an xã!

Nghe Sáu Chèo nói Tý sợ hết hồn, nó nắm tay cô Hương mếu máo:

- Cô ơi, cứu em, họ bắt em cô ơi!

Cô Hương nhìn thầy hiệu trưởng:

- Thưa thầy, tôi phản đối chuyện bắt giữ học sinh lớp tôi.

Thầy hiệu trưởng gãi đầu:

- Nhưng họ nói có bằng chứng là trò Tý bắt trộm con gà nòi của ông Tư Thốn gần nhà nó...

Sáu Chèo nạt:

- Anh Hai, dẫn nó đi!

Hai trưởng ấp chộp tay thằng Tý lôi mạnh theo mình, Tý giãy dụa dữ dội nhưng thằng bé chín tuổi ốm yếu làm sao chống cự lại. Nó gào lên:

- Cô ơi, cứu em, em không ăn trộm!

Cả lớp học im thin thít vì sợ. Cô Hương vừa đưa tay định giằng lại đứa học trò tội nghiệp thì Sáu Chèo đã thô bạo gạt tay cô, đồng thời xô mạnh thằng Tý về phía Hai trưởng ấp. Thằng Tý gần như không còn biết chuyện gì xảy ra với mình. Nó khóc to lên:

- Ba má ơi, cứu con với ba má ơi!

Trong lúc nó giãy dụa bỗng có một vật gì đó rớt ra từ trong túi quần. Rất nhanh Hai trưởng ấp chộp lấy và la lên:

- Tiền! Cả bọc này thấy chưa, bắt quả tang rồi nghen. Con nhà nghèo như mày chỉ có ăn trộm mới có tiền mà thôi!

Bắt gặp ánh mắt cô Hương nhìn như dò hỏi, thằng Tý la lên:

- Không phải đâu cô ơi, đó là tiền em bán cá bống. Suốt đêm qua em đi xúc cá bống mà cô!

Thế nhưng miệng nó đã bị Hai trưởng ấp bịt kín, hai người đàn ông mập mạp lôi thằng bé chín tuổi ra khỏi sân trường trước con mắt ngơ ngác và hoảng sợ của rất nhiều học trò tiểu học...

Thằng Tý cố mở mắt ra. Vật đầu tiên nó nhìn thấy là một trần nhà trắng toát. Ngay lúc đó nó nghe tiếng ba nó:

- Tý ơi, con tỉnh rồi hả? Trời ơi, cám ơn Trời Phật!

Tý cựa quậy thân mình, nó nghe đầu mình nhức nhối nhưng đã mau chóng tỉnh hẳn. Nó nhìn quanh và biết là mình đang nằm trong trạm y tế xã. Nó hỏi ba nó:

- Ba ơi, con nằm đây bao lâu rồi hả ba?

- Từ chiều hôm qua tới giờ, con làm ba hết hồn.

Tý chợt nhớ tất cả, nó nhớ lại chuyện mình bị đưa vô công an xã. Sáu Chèo bắt nó ngồi trên một chiếc ghế thấp và bắt nó khai là đã ăn trộm con gà nòi nhà ông Tư Thốn nhưng nó nhất quyết không chịu. Nó nói số tiền mà nó để trong túi quần là tiền bán cá bống nó đi xúc cả đêm hôm qua. Sau đó Sáu Chèo bắt đầu nạt nộ, dọa đưa nó "vô tù". Nó vẫn cứ lắc đầu:

- Tui không có bắt trộm gà, tui không nhận đâu!

Rồi một tiếng "chát", thằng Tý thấy cả ngàn cục lửa chụp xuống đầu nó. Nó không biết gì nữa.

Tý mếu máo:

- Ba ơi, con không ăn trộm con gà...

Ba nó gật đầu, ôm lấy người nó:

- Ừ, con không ăn trộm. Người ta đã trả tiền lại cho con rồi!

- Nhưng chú Hai và ông Sáu Chèo nói con bắt trộm gà!

- Họ đã tìm ra con gà đó rồi con ơi.

- Ai bắt trộm hả ba?

- Không có ai bắt hết. Thằng Bảo con ông Tư Thốn ôm con gà qua bên sông đá độ rồi đi chơi luôn. Vậy là người ta nghi cho mình...

- Ba nè...

- Sao hả con?

- Tiền đó... là con để cho ba đóng tiền làm lộ đó.

- Được rồi, con đừng lo...

Ba ôm chặt lấy nó, mắt ba nó rưng rưng. Một cô y tá bước vô. Thấy hai cha con nói chuyện cô nói:

- Ô, Tý tỉnh rồi hả? Anh Ba để nó ở lại đây hay đưa nó về?

Ba nó lo lắng:

- Nó có sao không cô?

Cô y tá:

-Chắc không sao đâu anh Ba. Chắc nó sợ quá nên xỉu thôi!

Thằng Tý tính lên tiếng nhưng nó im lặng nhìn ra bên ngoài cổng trạm y tế. Trước cổng, xuống dưới một chút là dòng sông vẫn lững lờ chảy. Trong ánh nắng ban mai, dòng nước óng lên một màu đỏ u buồn. Nó loáng thoáng nghe tiếng ba nó nói:

- Vậy cô cho cha con tui về nghen cô, bà xã tui mới sanh...

CON QUỶ VÀ TÔI

Năm mười lăm tuổi lần đầu tiên tôi gặp nó. Lúc đó tôi đang là một học sinh xuất sắc, học năm cuối cùng của bậc trung học đệ nhất cấp. Nó chuyển đến trường tôi từ một thành phố lớn. Nó cao ngạo, chỉ nhìn bọn học sinh của một trường tỉnh lẻ bằng nửa con mắt. Nhưng nó lại thích tôi. Ba nó và ba tôi còn là đồng nghiệp và đã biết nhau từ trước. Nhà nó rất giàu. Hồi đó nó đã đeo đồng hồ "automatic" loại xịn và xài bút "pilot". Một hôm nó hỏi tôi:

- Mày có sợ quỷ không?

- Không... biết!

Nó cười:

- Má tao nói tao là quỷ!

- Vì sao?

- Vì... đúng vậy!

Nó không học giỏi bằng tôi nhưng biết rất nhiều trò. Một hôm sau giờ học nó đưa tôi một cái gì đó được gói rất kỹ và bảo:

- Về coi đi, hay lắm!

- Cái gì vậy?

- Báo của Mỹ đó! Nhưng coi lén thôi nha. Mày mà coi ở đây, mấy cha giám thị thấy là bị đuổi học.

Tôi run lẩy bẩy khi mang cái "của quý" ấy về nhà nhưng càng run hơn khi đợi lúc không có ai lén mở nó ra. Trời đất ơi, đó là một tạp chí khỏa thân (sau này tôi mới biết) đăng toàn hình đàn bà con gái lõa lồ. Mặt tôi đỏ bừng, mắt tôi nẩy đom đóm, môi tôi khô nứt, tôi thở dồn dập. Tôi muốn vứt nó đi, bỏ nó vô bếp nhưng rồi tôi lại lén cất nó vào ngăn sâu nhất của tủ sách và cứ bị hút mắt vào đó mỗi khi có thể.

Tôi bắt đầu biết thủ dâm từ ảnh những cô đào Mỹ bốc lửa này và do có khi làm nhiều lần trong ngày nên sức khỏe sa sút nhanh chóng. May cho tôi, một lần má tôi nhìn thấy tôi đang lén lút xem nhưng chưa kịp "hành động". Bà làm cho một trận và đem đốt cuốn sách dơ bẩn (lời má tôi nói) đó đi. Thế nhưng những hình ảnh ấy vẫn cứ ám ảnh tôi dai dẳng và tôi bắt đầu học hành sa sút. Chúng tôi vẫn rất thân nhau. Nghe tôi kể chuyện bị má chửi, nó cười:

- Mày có nói cuốn báo đó của tao không?

- Không!

- Sao vậy?

- Nếu nói ra, má tao sẽ không cho tao chơi với mày nữa.

Cũng trong năm đó nó rủ tôi thử hút thuốc nhưng tôi từ chối dù rằng tôi cảm thấy mùi thuốc Capstan mà nó hút rất thơm. Một ngày chủ nhật chúng tôi lang thang ra bãi biển chơi. Nó bảo:

- Mày muốn coi người ta địt nhau không?

Tôi im lặng. Miệng tôi lại khô khốc, nhớ tới cuốn báo đã bị đốt. Nó bảo:

- Buổi tối, ở trong những hàng dương kia có nhiều cặp địt nhau lắm. Nếu mày muốn coi, tối nay tao dẫn mày đi!

Tôi ậm ừ, tất nhiên là tôi rất muốn coi nhưng tôi vẫn cứ sờ sợ. Ngay lúc đó tôi cảm thấy một cơn đau nhói buốt đột ngột xuất hiện trong dạ dày. Cơn đau tăng nhanh làm tôi cảm thấy như thể mình sắp đứt ruột. Mặt tôi tái xanh. Tôi ôm bụng khuỵu xuống cát. Nó nhìn thấy và hốt hoảng:

- Mày sao vậy?

- Tao đau quá. Đau trong bụng!

Tôi cố gắng phều phào rồi gần như gục xuống, lịm đi. Bỗng tai tôi nghe tiếng bật diêm rồi một mùi thơm thoáng qua, nó nhanh chóng mất hút trong gió biển rồi lại nồng lên. Tôi cố gắng mở mắt ra. Nó, thằng bạn tôi đang rít lấy rít để một điếu thuốc. Trời ơi, đến nước này mà nó thản nhiên hút thuốc được sao? Tôi cay đắng nghĩ vậy nhưng một bàn tay mạnh mẽ đã nâng đầu tôi lên. Một cái gì đó chạm vào môi tôi.

- Hút đi! Nó nói như ra lệnh.

- H...ú...t???

- Ừ, hút đi! Hít mạnh lên!

Như bị ... quỷ ám, tôi răm rắp nghe lời nó. Tôi bập những hơi thuốc lá đầu đời. Tôi suýt bị sặc nhưng cố gắng hít mạnh. Và tôi nghe có một luồng ấm nóng, thống khoái lan từ cổ họng, từ phổi vào dần đến dạ dày, và cơn đau bỗng nhanh chóng tan biến như nó chưa từng xuất hiện. Tôi ngồi dậy trên cát, cố gắng hít điếu thuốc, nhưng nó bỗng giật lấy một cách phũ phàng và dùng chân dí mạnh xuống cát, chôn điếu thuốc.

- Đủ rồi. Hút nữa mày sẽ... chết!

- Sao vậy? Mày hút hoài có chết đâu?

- Đây không phải... thuốc thường. Vì vậy nó mới làm mày hết đau bụng!

Chúng tôi ra về. Tôi ngầy ngật cả buổi chiều hôm đó dù tôi nhớ mình chỉ hút không hơn nửa điếu thuốc của nó. Tối hôm đó tôi lại lên cơn đau và khi ba tôi đưa tôi đến nhà một vị bác sỹ thì ông bảo tôi bị loét dạ dày. Ông chích cho tôi một liều vào rốn và cho một số thuốc. Cơn đau giảm đi nhưng không nhanh như khi tôi được nó cho hút điếu Capstan cháy dở. Lúc đó tôi hoang mang vô cùng và ba ngày sau tôi đã lén mua hai điếu và vào nhà vệ sinh để hút. Tôi ho sặc sụa khi cố gắng hít mạnh khói thuốc vào phổi mà vẫn không tìm thấy cái cảm giác ấm áp, thống khoái lan tỏa hôm nào. Tôi vứt điếu thuốc hút dở và cả điếu còn lại vào bồn cầu.

oOo

Năm hai mươi tuổi tôi lại gặp con quỷ. Lúc đó tôi đã nghỉ học được gần hai năm. Hồi đó gần như tất cả mọi người đều đói. Tôi cao 1m72 nhưng chỉ nặng có 45kg. Trong đầu tôi thường trực bị hành hạ bởi hai ý nghĩ: Được ăn no và đàn bà! Tôi đã biết hút thuốc từ hai năm nay khi rời trường trung học. Nhưng thời đó may mắn lắm mới có một vài điếu thuốc "đen" để hút. Tôi nhớ cái hương vị Capstan da diết và đôi lúc nhớ thằng bạn xưa.

Giờ thì tôi đã hiểu lần đó nó đã bỏ cái gì vào điếu thuốc để cứu tôi khỏi cơn đau. Nhưng sau cái chuyện ấy, chúng tôi chưa kịp rình những cặp địt nhau sau hàng dương thì một biến cố long trời lở đất xảy ra. Một buổi sáng mùa hè loạn lạc, hoang mang, ba tôi ôm cái radio nghe đài BBC. Bỗng dưng ông vất mạnh cái máy vào tường, ôm lấy đầu. Hôm sau ba nó xuất hiện tại nhà tôi với quân phục sĩ quan hải quân và bảo ba tôi:

- Tôi có tàu, anh thu xếp nhanh chóng cùng gia đình tôi đi ngay!

Nhưng ba tôi lắc đầu:

- Tôi không đi!

Ông nói ngắn gọn như vậy. Vẻ mặt buồn bã nhưng khô cứng. Tôi nghe mẹ tôi và em gái tôi khóc trong phòng. Ba nó lầm bầm gì đó rồi bỏ đi. Tôi không bao giờ nhìn thấy nó lần nữa. Sau này tôi nghe nói con tàu chở nó và gia đình đã đi vào miền vô định.

Gia đình tôi sau đó rời miền biển, trôi dạt dần đến những cửa sông. Miền đồng bằng trù phú nhưng gia đình tôi không có ruộng, lại không có ai biết làm nông nên thu nhập chỉ trông chờ vào đôi gánh bán rau của mẹ và cô em gái. Tôi đã bỏ học, tôi không biết làm gì để kiếm tiền nên lâu lâu tôi xuống bến tàu để có ai nhờ bốc vác hàng hóa thì kiếm một ít tiền lẻ.

Và nơi đó tôi đã gặp nó. Nó ngồi ở một cái quầy hàng nhỏ đối diện bến tàu. Quầy hàng của nó bán bánh cam, bánh lá dừa và một cái tủ thuốc lá nhỏ nhưng chỉ bán từ sáu giờ chiều đến tận sáng hôm sau. Nó lớn hơn tôi vài tuổi gì đó và khuôn mặt trông rất già dặn. Da nó không trắng lắm nhưng gò má có lúm đồng tiền và một đôi mắt to. Tìm hiểu một chút tôi biết nó mang trong người hai dòng máu Việt-Miên.

Khi có một ít tiền tôi thường ghé mua vài điếu thuốc và lần nào nó cũng cười cười với tôi. Nụ cười không mang một ý nghĩa nào nhưng tôi cứ thấy bồi hồi. Mỗi lần trả tiền tôi thường làm bộ đụng chạm bàn tay nó. Có lần nó chộp tay tôi, cười: "Muốn nắm thì nắm đại đi, làm bộ hoài!". Tôi đỏ mặt và không dám nói thêm câu gì...

Một buổi tối tôi được kêu đi vác lúa ở Phòng Lương thực. Đang vác lúa từ ghe lên tôi bỗng thấy nó dùng nón lá che mặt, đi tắt vào cửa sau. Lòng tôi như lửa đốt. Tôi bỏ việc nửa chừng chạy về bến tàu vì không tin là nó. Nhưng đúng là nó rồi vì quầy hàng đã đóng cửa. Thì ra nó cũng làm chuyện này với đám cán bộ lương thực, những kẻ no đủ và giàu có nhất khi ấy. Đêm sau có bao nhiêu tiền tôi mua rượu đế và nhậu hết với đám bạn bốc vác. Đêm hôm sau nữa, khoảng mười giờ, không dằn được lòng tôi lại ra bến tàu. Nó có ở đó nhưng đang dọn hàng. Tôi làm bộ đến mua thuốc dù lúc ấy túi tôi chẳng có đồng nào. Nó nói:

- Em sắp dẹp rồi. Khóa tủ rồi!

- Sao hôm nay không bán?

- Em phải về coi nhà. Nhà không có ai!

Tôi im, lặng. Nhưng bất ngờ nó nói:

- Anh bưng tủ thuốc về nhà giùm em được không?

Thị trấn vắng ngắt. Tôi ôm tủ thuốc lá nhỏ đi theo nó về nhà. Đó là căn nhà nhỏ trong một hẻm vắng. Dọc đường tôi đã biết ba má nó cùng đứa em đã đi về ngoại tận Trà Vinh để ăn đám giỗ. Nó đẩy cái cửa không khóa, nói:

- Anh đem vô đi, để em thắp đèn.

Hồi đó ở những thị trấn nhỏ không có điện. Một ngọn đèn dầu tù mù được thắp lên. Tôi vừa sung sướng, vừa mơ hồ lo sợ. Nó nhìn tôi, mắt ánh lên như mắt mèo:

- Anh hút thuốc không?

- Ừ...

- Anh khép cửa lại đi! Em lấy cho anh một điếu Samit *(một loại thuốc lá của Thái Lan)* nha!

Khi nó mở tủ thuốc lá, tôi lấy hết can đảm bước lại thật gần sau lưng và ôm lấy nó.

- Trời ơi, đồ quỷ.

Tôi nghe nó cười rúc rích. Sáng hôm sau nó còn nói:

- Của quý của anh sao mà dài!

Đó là lần đầu tiên trong đời tôi ăn nằm với một người phụ nữ bằng da bằng thịt nên tôi rất tò mò. Nhưng tôi thất vọng vì bẹn và nách của nó đen thui, không trắng phau như những cô gái Mỹ đầu đời của tôi năm mười lăm tuổi. Sau này những thằng bạn nhiều kinh nghiệm nói với tôi rằng những cô gái lai Miên- Việt đều đen ở những nơi như vậy?!

Năm đó tôi bị đi nghĩa vụ quân sự và lên đường qua xứ Chùa Tháp. Ngày đưa quân mẹ và em gái tôi khóc mướt. Ba tôi không nói gì. Nó cho tôi một cái khăn rằn, một gói Samit, mắt đen láy, nói nhỏ:

- Anh sẽ gặp em bên đó!

Chiến trường rất khốc liệt. Tôi chỉ có một mong ước là tìm mọi cách để được về nhà và cầu mong mình đừng dính đạn của quân Pôn Pốt. Tiểu đội trưởng của tôi là một anh chàng rất gan lỳ. Một lần hắn hỏi:

- Mày biết mùi đàn bà chưa?

Tôi nói dối:

- Chưa!

Hắn bảo:

- Con gái Miên chỉ mặc xà rông, hôm nào tao với mày rình tụi nó tắm, kéo ngược xà rông lên đầu là xong! Hắn cười hi hi, dâm đãng.

Một buổi chiều tiểu đội trưởng bảo tôi đi theo anh ta vào một ngôi làng bỏ hoang để tìm những con gia súc còn sót lại. Chúng tôi vào một vườn mít có trồng xen kẻ những hàng thốt nốt. Tôi đưa khẩu AK đã lên đạn sẵn tính bắn vào cuống một trái mít to thì nghe tiếng súng nổ. Giọng tiểu đội trưởng la thất thanh:

- Tao bị thương rồi, bắn cản đường tụi nó!

Nhưng lúc đó tôi đã quá hốt hoảng. Tôi phóng mình bỏ chạy. Tôi chỉ muốn còn sống. Từng tràng AK nổ giòn tan. Bỗng trước mặt tôi có bóng một cô gái phất phơ. Tôi gần như nhắm mắt nhắm mũi chạy theo cái bóng đó và thoát khỏi tử thần một cách lạ lùng...

oOo

Đã rất nhiều năm trôi qua. Tôi đã bỏ lại sau lưng thành phố biển và cả những cửa sông nhưng vẫn có cảm giác con quỷ vẫn còn đeo bám theo mình. Một hôm nó đến ngồi vào lòng tôi và bảo:

- Ông có muốn là tỉ phú không?

- Ai mà không muốn!

- Em giúp ông nè. Mua hết xấp vé số này, chiều ông thành tỉ phú!

Tôi cốc đầu nó:

- Đồ quỷ!

Nó cười, nụ cười đẹp mê hồn vì nó phản chiếu một sức sống đang thì tuổi trẻ, điều mà tôi đã đánh mất từ rất lâu.

- Em không phải là quỷ đâu! Anh biết mà!

Nó nói vậy vì có lần khi được nó cho hôn vào cái núm vú hồng hồng xinh xinh, tôi đã thì thầm: "Thiên thần của anh! Thiên thần của anh!"

Nhưng tôi biết nó chính là con quỷ theo đuổi suốt cuộc đời tôi. Trong lòng tôi có một tiếng nói thầm. Và tiếng nói ấy luôn nhắc nhở tôi về những con quỷ (hay chỉ một con quỷ?) luôn xuất hiện trong đời mình dưới những bộ dạng khác nhau? Thế nhưng tôi làm thế nào để thoát khỏi nó nếu không gặp những cơ duyên bất ngờ?

Chiều nay tôi đến tìm nó để nói rằng tôi đã sức cùng lực kiệt. Rằng tôi đã sống gần nửa thế kỷ trong nỗi ám ảnh về một cuộc đời bất định.

Thế nhưng tôi biết mình không đủ sức cưỡng lại cái hấp lực ma quỷ đang đeo đẳng mình.

Con quỷ cái không có nhà. Tôi biết nó ở đâu. Nó đang chơi trò hội hè trong một cái tổ quỷ từ những đồng tiền chắt chiu của tôi. Tôi ngồi trong nhà trọ và tôi khóc. Tôi nhớ năm mười lăm tuổi của mình. Tôi nhớ cái hương vị lạ lùng từ điếu thuốc Capstan của nó. Rồi tôi nhớ đến cái nách, cái bẹn đen thui nhưng đầy ma lực quyến rũ và bóng nó chập chờn trong buổi hoàng hôn chập choạng những hàng thốt nốt xiêu vẹo, ngã nghiêng. Nhớ tiếng súng AK rộ lên rồi đột ngột tắt trong một không khí quánh đặc của sự phản bội hèn nhát.

Nó đẩy cửa bước vào. Nó đã nhìn thấy tôi khóc. Mặc kệ. Những giọt nước mắt vẫn rơi ào ạt trên gò má tôi. Tôi biết mình khóc thật. Tôi không diễn.

Nó nói, giọng lạnh băng:

- Ông nín đi!

- Vì sao em không cho tôi khóc? Em đã làm khổ tôi quá nhiều!

Giọng nó càng lạnh:

- Địa ngục không có nước mắt!

CHUYỆN MÈO

Người đàn bà trẻ cắm chiếc chìa khóa vào ổ cái rương gỗ cũ. Khi chiếc nắp rương được giở lên, nàng bần thần một lát rồi mới đưa tay kéo tấm khăn phủ bên trên. Những đồ vật trong rương bày ra. Toàn là những đồ vật cũ và có vẻ không mấy giá trị. Mấy bộ quần áo, khăn tay... nằm trong một góc. Một chồng sách, mấy quyển sổ có gáy da, một cuốn album lớn...

Nàng cầm lên một cuốn sổ, lật mấy trang rồi bỏ xuống. Lại cầm cuốn album lên, giở vờ nhìn những tấm ảnh chụp đám cưới. Cô dâu cười rất tươi, tay ôm bó hoa lay-ơn trắng...

Nàng thở dài, bỏ tập ảnh vào chỗ cũ và đưa tay vào chỗ xếp quần áo và mấy chiếc khăn. Bỗng nàng thét lên thất thanh, rụt nhanh tay lại và gần như bị bật ngửa ra sau. Từ trong những chiếc khăn và quần áo cũ kỹ ấy, một con chuột phóng vụt ra, chạm cả vào tay nàng. Nó băng xéo qua nền gạch bông rồi lủi vào ngạch tủ.

- Meo!

Nghe tiếng kêu thét của nàng, con mèo nằm trên chiếc ghế gần đó giật mình lên tiếng. Rõ ràng nó đã nhìn thấy con chuột nhưng không như những lần trước, lần này nó chỉ nhổm lên theo bản năng rồi lại nằm xuống, đầu ngoảnh đi nơi khác với ánh mắt hờ hững và buồn bã.

Sau phút hoàn hồn vì bất ngờ, nàng lấy lại bình tĩnh nhưng không còn cảm thấy có nhu cầu lục lại những đồ vật cũ để tìm một vật gì đó nữa. Nàng đậy nắp rương lại, xoay phần bên trong tiếp giáp với vách tường ra và nhìn thấy một lỗ thủng bị chuột gặm. Hèn gì!

Nàng đẩy cái rương vào chỗ cũ, không buồn tìm cách trám cái lỗ thủng lại. Buông mình trên nệm giường êm ái, nàng đưa mắt nhìn con mèo đang nằm ườn trên chiếc ghế đối diện. Đó là một con mèo cái đã qua một lứa đẻ nhưng những con mèo con xinh xắn đã chết hết trước khi dứt sữa.

Con mèo này là con mèo đầu tiên anh ta đem về. Anh ta đặc biệt yêu thích giống mèo và có thể bỏ ra hằng giờ để chăm sóc hay trò chuyện với bọn chúng. Giờ đây nằm nhớ lại, nàng thấy anh ta không khác gì một con mèo từ những cử chỉ, thái độ và cả cách tán tỉnh. Tất nhiên là giống một con mèo đực!

Phải. Anh ta giống hệt con mèo đực đã lại bỏ đi hoang từ mấy tuần nay. Con mèo thứ hai mà anh đem về cho nàng và chính là nguyên nhân gây ra cái điệu bộ chán nản, hờ hững của con mèo cái đang nằm nơi chiếc ghế dài kia.

Khi con mèo đực mới đem về, anh và nàng phải nhốt nó lại gần suốt tuần lễ vì nó đã hơi lớn, sợ nó không chịu ở. Lúc ấy, con mèo cái đã được mấy tháng tuổi và khi con mèo đực buồn bã nằm trong cái lồng sắt thì nó nhởn nhơ lượn lờ trên sàn nhà vẻ yểu điệu thấy rõ. Nó làm như không hề chú ý đến con mèo lạ kia nhưng lại quấn lấy chủ nhiều hơn...

Khi con mèo đực được thả ra, lúc đầu hai con mèo có vẻ rất "kên" nhau. Con mèo cái thì ỷ mình là "chủ nhà" nên rất đổi ta đây trong lúc anh chàng thu mình lại, thủ thế rất kỹ. Nhưng rồi, hoặc là ý thức được điều bất lợi, hoặc do bản chất ma giáo, chàng mèo đực nhanh chóng tỏ ra nhún mình. Nàng mèo cái càng làm cao thì chàng càng xuống nước và chuyện ấy đã xảy ra suốt thời kỳ chúng trưởng thành và động dục.

Con mèo đực bắt đầu bày tỏ tình yêu của mình bằng những tiếng kêu cầu xin đầy tính ma quái. Những tiếng kêu gào ấy lại thường vang lên vào nửa khuya và làm nàng lạnh xương sống. Những lúc ấy nàng thường ôm chặt anh, nép mình vào bộ ngực vạm vỡ ấy và nghe anh cười nho nhỏ:

- Bé cưng, sợ hả?

- Nó kêu thấy ghê quá hả anh?

- Ừ. Tại con mèo cái của em đó!

- Tại... sao?

- Tại con mèo cái từ chối. Em nghe coi. Đó tiếng nó gừ gừ có vẻ không bằng lòng. Hình như nó nói: "Tôi chưa yêu anh. Đi đi! Đi đi!"

- Xạo! – nàng cắn yêu vào vai chồng.

- Thực mà! Anh có thể nghe được... tám mươi phần trăm ngôn ngữ của loài mèo. Đây mới là thời kỳ ve vãn của chàng mèo đực. Nhưng anh chàng này cũng ranh ma lắm. Đó em nghe. Hắn năn nỉ nghe mới tội làm sao. Đó, nghe không?

- Nghe thấy ghê!

- ...

Nhưng hình như chính nàng cũng bắt đầu hiểu chúng. Rõ ràng là con mèo đực đang rên rỉ nghe rất ai oán. Rồi tiếng chúng đuổi nhau ầm ĩ trên mái nhà... Nhưng sau đó nàng không còn đủ tỉnh táo để theo dõi "chuyện mèo" nữa vì vòng tay lực lưỡng của anh đã ghì sát nàng vào lòng. Hơi thở anh dồn dập và nóng hổi...

Vài đêm sau, nghe tiếng mèo kêu trên mái nhà, anh lại bảo:

- Con mèo đực đã chiến thắng rồi! – Giọng anh có vẻ rất hả hê.

- Sao anh biết?

Anh lại ôm chặt lấy nàng:

- Đã nói anh nghe được tiếng mèo. Em nghe thử đi. Tiếng con mèo cái đã đáp lại. Đó, tiếng gừ gừ của nó giờ có vẻ tình tứ lắm. Rồi cái tiếng vút lên trong cơn say tình kia. Nghe không? Tụi nó "hòa tấu" mới ăn ý làm sao!

Nàng cũng lắng nghe theo anh và chịu là anh rất tinh tế. Những cuộc chuyện trò giữa anh và chúng đã không phí công!

Từ hôm ấy, đôi mèo quấn quít nhau không lúc nào rời. Đi đâu chúng cũng đi chung dù chỉ bước ra sân. Chúng cùng ăn chung một đĩa và bao giờ cũng ngủ gối lên mình nhau. Cho đến khi bụng con mèo cái bắt đầu lớn ra...

Một buổi tối, khi ăn cơm xong, đến lúc cho mèo ăn nàng không nhìn thấy con mèo đực. Chỉ còn một mình, con mèo cái chỉ ăn vài miếng nhỏ nhẻ rồi bỏ đi nằm. Nàng hỏi:

- Con mèo đực đâu rồi anh?

- Anh đâu biết!

Anh trả lời vậy nhưng miệng lại mỉm cười bí ẩn.

Con mèo đực đi hoang hai ngày sau mới về. Nó về vào buổi trưa. Lúc ấy nàng đã hết việc trong nhà và đang nằm đọc sách. Nghe một tiếng "meo" nho nhỏ, nàng ngẩng lên thì nó đã nhảy phóc lên chỗ nàng, cọ mình vào gối.

Nàng buông cuốn sách, cố tình theo dõi cử chỉ của một kẻ hư hỏng trở về. Nó tiến về phía con mèo cái với vẻ rụt rè của một kẻ biết lỗi, trong lúc chị chàng thì vờ như chẳng quan tâm. Con mèo đực dần tiến lại sát bên và nhẹ nhàng oằn lưng cọ vào hông con mèo cái rồi nó đưa mũi hít nhẹ vào cổ vợ.

"Gừ!". Con mèo cái vung chân trước tát vào mặt kẻ phản bội. Cái tát chắc đau nên nàng nghe con mèo đực "meo" lên một tiếng thảm thiết. Nhưng nó không hề lùi lại mà cứ lì lợm lăn xả vào. Con mèo cái lại giơ chân trước lên nhưng lần này có lẽ nó không nỡ tát mạnh nữa mà chỉ đánh khẽ một cái. Chúng làm lành với nhau...

Đó là những ngày nàng bắt đầu dài cổ đợi cơm chồng!Con mèo đực lại ra đi khi con mèo cái đẻ được một tuần. Nàng thỏ thẻ với anh:

- Những con mèo xinh xắn quá hả anh?

- Ừ!

- Nhưng cha tụi nó đâu rồi?

- Anh đâu biết?

- Họ thật giống mèo! – Nàng buột miệng.

- Ai? – Chồng nàng có vẻ ngạc nhiên.

- Đàn ông!

- ...

Nàng đã học cách quan sát từ bọn mèo và nàng đã không đánh giá sai. *

oOo

Nửa đêm. Có tiếng xe ai dừng trước cổng. Nàng vội vàng bật dậy mở cửa nhìn ra và chờ đợi một tiếng gọi. Không có ai!

Thấp thoáng ở cổng trước có bóng một cặp tình nhân dừng xe lại hôn nhau trong bóng tối mờ của những tàn cây. Có lẽ họ là những người mới yêu.

Nàng thở dài. Đóng cửa lại. Khi bước về phòng mình, bỗng dưng một ý muốn có phần lạ lùng nhen lên trong lòng nàng. Nàng muốn được nhìn thấy con mèo cái! Lúc ấy hình như trong tim nàng dâng lên một mối đồng cảm như thể muốn được sẻ chia nỗi cô đơn cùng với nó.

Nàng bước ra phòng khách, nơi nàng biết chắc con mèo cái vẫn nằm vào buổi tối. Nàng bật đèn, mắt nhìn về phía chiếc ghế quen thuộc. Nghe thấy tiếng bật đèn cùng với ánh sáng bùng lên, con mèo cái ngơ ngác ngẩng đầu nhìn nàng.

Cạnh nó, con mèo đực đã về, đang cuộn mình lim dim ngủ.

VÃN TUỒNG

Bà Tư Trầu như nhớ lại từng chi tiết cái ngày của ba mươi năm về trước khi bà còn là một bà chủ hàng xáo ba mươi tuổi, trẻ trung và có nước da trắng trẻo mịn màng của một người đàn bà trẻ sinh ra và lớn lên ở miệt vườn Nam bộ...

Ngày đó dù chiến tranh đang hồi khốc liệt nhất nhưng con lộ chạy dọc theo kinh xáng Xà No vẫn còn nguyên, những cây cầu xi măng cốt sắt xây từ thời Pháp vẫn vững vàng và xe đò, xe hàng cứ ì xèo xuống lên. Bây giờ con đường đã hư hỏng nhiều, phải lội bộ trên những quãng lởm chởm đá và đứt đoạn, thiệt là cực. Nhưng cực gì đi nữa thì tối nay cũng phải đi!

Cái câu mà bà đang nghĩ đó chính là lời của thằng cháu nội nói trưa nay, khi nó ù chạy về nhà kể một thôi một hồi về chuyện một cái gánh hát lớn vừa bầu đoàn thê tử về dựng rạp tại nhà văn hóa xã.

- Có Minh Tài ca nữa đó nội. Tối nội dẫn con đi coi nghen!

- Ai?

Lúc đó bà Tư thảng thốt hỏi thằng cháu như vậy.

- Minh Tài chớ ai nội. Minh Tài hát trên truyền hình nội khen hoài đó!

Minh Tài! Thì chính cái tên ấy đã làm cho bà Tư nhớ lại cả một quãng đời đã thành xa lắc xa lơ của mình. Hồi đó bà cùng chồng là Tư Nhỏ chuyên mua lúa mùa xứ ruộng này rồi thuê xe đò chở lên tận Sài Gòn để bán. Làm hàng xáo thì cũng có cái sướng cái khổ như mọi công việc khác trên đời. Nhưng trong suốt thời gian gần năm năm đi buôn ấy, cái chuyện mà cho đến bây giờ bà vẫn không quên lại dính đến anh chàng kép mùi Minh Tài này. Cái lần đó, khi xe hàng vừa xuống gạo xong thì phải đưa đến ga-ra sửa lại một số trục trặc nào đó về máy móc nên phải ở lại. Đêm ấy, khi Tư Nhỏ đang ngồi dưới bến Hàm Tử "sương sương" với bạn bè là dân bốc vác thì Sáu Liên, cháu bà chủ vựa gạo, lân la rủ:

- Chị Tư, tối nay cải lương hay lắm nghen. Em mới đọc quảng cáo trên nhật trình. Tối nay em lại rảnh nữa. Đi coi với em nghen chị Tư!

- Thôi, không được đâu. Chị sợ anh Tư rầy chết. Ông coi vậy chớ khó lắm đó!

- Xí! Ổng có bạn nhậu thì chị cũng có quyền đi chơi chút đỉnh chớ. Chị biết tối nay ai hát hôn?

- Ai?

- Minh Tài chớ ai! Ca mùi hết sẩy luôn nghen!

Ngày ấy, Minh Tài là một kép trẻ nhưng đã nổi tiếng khắp miền Nam. Khi ấy nghệ thuật cải lương cũng đang hồi cực thịnh và không một người phụ nữ nào có thể từ chối chuyện đi coi Minh Tài hát. Người đàn bà trẻ, là bà Tư bây giờ, cũng vậy, dù rằng đêm hôm ấy khi từ rạp hát trở về, bà đã bị người chồng, đã nhậu sần sần tặng cho hai bạt tai vì tội đã không xin phép chồng mà dám "đổ đường" (tiếng của chồng bà) đi coi hát một mình.

Lần ấy, bà Tư đã giận chồng suốt cả tháng trời cho đến khi "ổng" mua về một băng cát-xét dài tiếng rưỡi đồng hồ chỉ do mình Minh Tài hát và lén để trên máy hát bà mới chịu cho ổng làm lành. Vậy mà đã bao nhiêu năm, giờ thì chỉ còn lại một mình bà với những khi bất chợt nhớ lại...

Một đám trẻ nhỏ lôi thôi lếch thếch, bồng ẵm nhau chạy ngược ra phía đầu vàm, vừa chạy vừa reo hò "Gánh hát dìa! Gánh hát dìa!" um sùm làm bà Tư nhớ lại là nãy giờ mình còn chưa bắc nồi cơm lên cho thằng Ba đi ruộng về nó ăn. Bà lật đật dựng cây chổi vô một góc hè rồi quày quả định vô nhà nhưng ngay lúc ấy bà dừng lại, quay nhìn xuống dòng kinh trước mắt bởi từ nơi đó có tiếng loa khọt khẹt rồi một chiếc vỏ lãi lấp ló chạy ra sau đám bần mọc de bên mép nước.

Cái loa đã lấy được tiếng, nó ồn ào vang lên: "Kính thưa bà con cô bác, đêm nay đoàn cải lương của chúng tôi với nam danh ca của mọi thời đã đến...". Bà Tư như không còn nghe thêm được nữa. Một tình cảm gì đó đã lâu rồi không còn cảm thấy trong lòng chợt dâng lên tràn ngập, bà như thấy mình sống lại thời tuổi trẻ và ngay trong lúc ấy bà quyết định tối nay sẽ đi coi hát. Chỉ tiếc là ổng không còn để rầy rà mình nữa. Bà Tư chỉ nghĩ về chồng đơn giản vậy!

oOo

Hai bà cháu phải cực nhọc lắm mới lội hết con đường lót đá mấp mô để đến nhà văn hóa, nơi gánh cải lương dựng rạp và cũng phải cực nhọc hơn như vậy bà mới mua được tấm vé cho mình, tức là cho cả hai bà cháu, vì quá nhiều người chen lấn.

Tìm được một chỗ ngồi khá gần với sân khấu, bà Tư mới yên tâm. Tấm màn nhung đỏ vẫn còn đóng kín và từ bên trong những âm thanh rộn rã của một rạp hát vọng ra làm mọi người cảm thấy náo nức.

Minh Tài đã xuất hiện ngay từ màn đầu, đóng kép chính đúng như quảng cáo làm khán giả vỗ tay tán thưởng rào rào. Chỉ tiếc là anh đã quá mập, dáng mệt mỏi trong khi cô đào hát cặp với anh lại còn quá trẻ nhưng cũng khá đẫy đà. Người ta xì xào rằng đó là cô vợ không biết thứ mấy của Minh Tài. Có tiếng ai đó hơi lớn: "Chèn ơi, già quá rồi. Kép với đào như cha với con".

Với bà Tư gì thì gì cũng không quan trọng lắm. Đó là chuyện đời tư. Ăn thua là giọng hát kia. Nhưng rồi cái háo hức lắng dần xuống khi người ta bắt đầu nghe anh ca. Đến khi Minh Tài vô một câu vọng cổ thì bà Tư thở dài. Giọng anh đã không thể còn như xưa nữa. Bà Tư cũng là người hiểu biết nên bà không trách thần tượng mà chỉ tiếc cho anh khi anh vẫn còn cố đóng kép chính khi mà tuổi tác đã đè nặng lên cuộc đời.

Tuồng đang diễn có cảnh hai vợ chồng nhà nghèo lặn lội đường xa, lại phải băng qua cả một cánh rừng rộng để đi tìm kế mưu sinh. Cô vợ trẻ yếu dần, yếu dần rồi lả đi. Anh chồng cố hết sức dìu vợ nhưng cô vợ đã ngã xuống. Anh chồng, tức Minh Tài, liền ra sức xốc người vợ lên định cõng băng qua khu rừng. Bỗng nhiên khán giả cười rần rần. Thằng cháu bà Tư cũng chỉ tay lên sân khấu cười ré lên: "Nội coi ngộ quá kìa. Minh Tài ẵm không nổi vợ mình kìa nội !". Thì ra cô đào trẻ nặng quá so với lực yếu đuối của một anh kép hát về già vì vậy mà anh ta cứ nhổm lên nhổm xuống, miệng thì ca đang cõng vợ còn thực ra thì dựng cô ta lên cũng còn không nổi. Quả là lực bất tòng tâm. Chỉ có khán giả là được một trận cười no nê mà khỏi cần hề hiếc gì chọc ghẹo hay thọt lét.

Màn diễn vụng ấy rồi cũng qua. Vở diễn vẫn tiếp tục nhưng càng về khuya Minh Tài ca càng đuối. Bà Tư cảm thấy một nỗi thất vọng tràn ngập trong tâm hồn mà mới đây bà tưởng chừng vừa trẻ lại. Thằng nhỏ đã ngủ gục lên gục xuống trên vai bà nội. Bà Tư nhẹ nhàng ẵm đứa cháu lên và tìm cách đi lui ra dù bà thuộc rành tuồng nên biết cũng còn khá lâu nữa mới hết. Thằng Tâm chợt giật mình. Nó dụi mắt lè nhè: Hết rồi hả nội?

- Ừ, dìa. Vãn tuồng rồi cháu!

MỤC LỤC:

Đôi lời cho tập truyện 5

I. Truyền kỳ về họ Hoàng 12
  Đuổi quỷ 25
  Người và quỷ 40
  Độc huyền 51
  Gà nhập 62
  Hoa lạ 73
  Tình nhân 84
  Kiếp bèo 92
  Tinh hoa 99
  Tướng cụt đầu 115
  Giữa trần gian và địa ngục 122

II. Ngày của tuổi hai mươi 130
  Khoảng đời ngụ cư 151
  Lão gù ở ngã ba sông 170
  Mùa nước son 183
  Con quỷ và tôi 193
  Chuyện mèo 205
  Vãn tuồng 213

www.ingramcontent.com/pod-product-compliance
Lightning Source LLC
Chambersburg PA
CBHW020927090426
42736CB00010B/1061

9781941848050